Chiến Tranh và Bất Bạo Động

CHIẾN TRANH VÀ BẤT BẠO ĐỘNG

Nguyên tác:

Religion and Society

by S. Radhankrishnan

*do nhà xuất bản George Allen
and Unwin LTD ấn hành*

Thích Quảng Độ

dịch

CHIẾN TRANH VÀ BẤT BẠO ĐỘNG
Nguyên tác: Religion and Society" by S. Radhankrishnan
do nhà xuất bản George Allen and Unwin LTD ấn hành
Thích Quảng Độ *dịch*

———————————

Lotus Media tái bản, 2020, tại Hoa Kỳ.
Bìa và trình bày: Nhóm Hoa Đàm

ISBN: 9798629912163

MỤC LỤC

LỜI DỊCH GIẢ

Không ai có thể phủ nhận được rằng chiến tranh là một tội ác, là một hình thức dã man. Nó là hiện thân của đau khổ, chết chóc, tàn phá và hủy diệt. Ngôn ngữ loài người không đủ để nói lên những hậu quả thảm khốc và tàn nhẫn của nó. Trên thế giới hiện nay, hơn bất cứ dân tộc nào, chỉ có dân tộc Việt Nam mới cảm nhận được một cách sâu xa và thấm thía tất cả những hậu quả đó.

Nhưng, trong cái thời đại mà con người rất tự hào về nền văn minh của mình, đã đặt được chân lên nguyệt cầu, tóm lại, là đã chinh phục được thiên nhiên, đã lột bỏ được lối sống của "rừng rú", người ta có còn nên dùng hình thức chém giết, chết chóc và tàn phá để giải quyết những sự bất đồng về quyền lợi kinh tế, chế độ xã hội và ảnh hưởng chính trị nữa không? Những cái đó có giá trị gì cao hơn chính sự sống của chính con người? Đã đến lúc các vấn để này cần được đặt thẳng với các nhà lãnh đạo thế giới còn chút lương tri, tự gán cho mình cái trách nhiệm đối với vận mệnh nhân loại (dưới, chiêu bài dân chủ, tự do, thường được dùng như một đàn cừu làm công cụ cho những tham vọng cá nhân).

Về vấn để này, S. Radhankrishnan đã bày tỏ nhiều trong tác phẩm *Tôn giáo và Xã hội* của ông. Cuốn sách này gồm những bài diễn thuyết ông đọc tại các đại học Caltutta và Benares vào mùa đông năm 1942. Tập sách này chúng tôi trích dịch tập I và II trong tác phẩm nói trên và đặt chung vào một tiêu để *Chiến Tranh Và Bất Bạo Động*. Chúng tôi đã không dịch trọn bộ vì những để mục kia phần nhiều chỉ nói về Ấn Độ, không có tính cách phổ biến. Độc giả nào muốn biết về tư tưởng, nếp sống cũng như những phong tục, tập quán của người Ấn, có thể tìm đọc trong cuốn *"Religion and Society"* by S.Radhankrishnan do nhà xuất bản George Allen and Unwin LTD ấn hành.

S. Radhankrishnan là một nhà triết học nổi tiếng của Ấn Độ hiện đại; ông đã viết rất nhiều sách, trong đó bộ lớn nhất là bộ *Triết Học Ấn Độ* (Indian Philosophy). Ông cũng là một chính khách có tài. Sau khi Ấn Độ thu hồi thống nhất, ông được bầu làm phó Tổng thống và khi bác sĩ Rajendra Prasad từ trần, ông lên kế vị làm Tổng thống. Năm 1966, vì già yếu, ông đã rời bỏ chính trường để tịnh dưỡng.

Sàigon mùa xuân Canh Tuất
Thích Quảng Độ

I.

CUỘC KHỦNG HOẢNG
HIỆN TẠI

Chúng ta đang ở vào trong một giai đoạn quyết liệt nhất của đời sống nhân loại. Chưa bao giờ trong lịch sử loài người lại có quá nhiều người phải mang những gánh nặng đau đớn dày vò tâm can đến như thế. Chúng ta đang sống trong một thế giới mà những thảm trạng đã trở thành phổ biến. Mọi truyền thống và tập tục đang bị lung lay tận gốc. Những tư tưởng cho đến hôm qua vẫn còn là "khuôn vàng thước ngọc", đã có thể hướng dẫn và qui định hành vi con người hàng bao nhiêu thế kỷ, thì hôm nay đã bị quét sạch. Thế giới rách nát vì những hiểu lầm, nghi kỵ, tranh giành. Bầu không khí tràn đầy những bất trắc và lo âu cho tương lai. Những thống khổ và cực nhọc của con người ngày càng tăng, sự khó khăn về kinh tế, các cuộc chiến tranh trên một quy mô lớn, sự bất đồng ý kiến trong các cuộc hội nghị cấp cao và tính lì lợm của những kẻ cầm quyền đang muốn và kéo dài một trật tự đang sụp đổ, muốn cứu một nền văn minh khập khễnh bằng bất cứ giá nào, tất cả những thứ đó đang thức tỉnh một tinh thần, mà bản chất là cách mạng, trên khắp toàn cầu. Danh từ "cách mạng" không phải luôn luôn chỉ các cuộc bạo động của quần chúng và tàn sát giai cấp thống trị. Bất cứ sự đòi hỏi cấp bách nào về sự thay đổi triệt để nền tảng của đời sống văn minh đều là đòi hỏi cách mạng. Tiếng cách mạng dùng theo hai nghĩa: 1. Sự nổi dậy đột nhiên và bạo động kết quả đưa đến một cuộc chính biến, chẳng hạn như cuộc Cách Mạng Pháp cuộc Cách Mạng Nga; 2. Sự chuyển tiếp dần dần qua một thời kỳ từ một chế độ xã hội này qua một chế độ xã hội khác, chẳng hạn như cuộc Cách Mạng Kỹ Nghệ Anh. Cái làm cho một thời kỳ có tính chất cách mạng không phải là sự thật thay đổi thường thấy trong lịch sử, mà là do mức độ thay đổi. Sở dĩ thời đại hiện tại là thời đại cách mạng là vì cái mức độ thay đổi quá nhanh. Xung quanh ta, đâu đâu cũng nghe tiếng đổ vỡ, những đòi hỏi thay đổi trong cơ cấu xã hội, chính trị và kinh tế, trong những lĩnh vực tín ngưỡng, tư tưởng, trong những phạm trù căn bản của con người. Các nhà trí thức, sáng suốt và tỉnh táo, nhận thấy cái gì sai lầm ngay từ nền tảng của những cơ cấu chính trị, kinh tế và kỹ nghệ hiện tại, và người ta phải sửa đổi những khuyết điểm đó nếu muốn cứu vãn nhân loại.

Các nhà khoa học cho ta biết, trái đất có thể tiêu diệt bằng nhiều cách. Nó có thể bị hủy diệt khi nguyệt cầu tiến lại gần trong một tương lai xa vời, hay bởi mặt trời nguội lạnh đi. Một vì sao chổi có thể va vào trái đất, hay một thứ hơi độc có thể thoát ra từ chính trái đất. Tuy nhiên tất cả những cái đó chỉ là những khả-năng-tính xa vời, trong khi ấy rất có thể con người sẽ tự diệt bởi chính những hành động có tính toán của chính con người, bởi tính xuẩn động và ích kỷ đã "thâm căn cố đế" trong bản tính của con người. Thật mỉa mai, chua chát, lẽ ra chúng ta đã được sống một cuộc sống sung sướng trên trái đất này và biến nó thành một lạc cảnh cho tất cả mọi người nếu chúng ta chỉ dành một phần rất nhỏ những năng lực hiện đang dùng vào việc kiện toàn bộ máy chiến tranh[1] thì, ngược lại chúng ta đã để mặt cho chết chóc và tàn phá hoành hành. Một khuynh hướng tàn phá mù quáng hình như đã ám ảnh con người, và nếu không chặn đứng kịp thời, chúng ta nhanh chóng đi đến tiêu diệt hoàn toàn và sửa soạn

---

[1] Cp. Samuel Butler: *"Chỉ trừ loài người, còn tất cả động vật đều biết rằng mục đích của cuộc sống là hưởng thụ nó"*.

cho một thời đại trí thức tăm tối, đạo đức man rợ, trong đó tất cả những thành quả cao đẹp của con người ở quá khứ chỉ còn là một đống tro tàn. Cái thảm trạng ấy chắc chắn sẽ làm cho chúng ta đau đớn, vò xé cả thể chất lẫn tâm hồn. Chúng ta đang sống trong một thời kỳ đầy lo âu. Cả thế giới đang chìm trong trạng thái hôn mê.

Chúng ta đặt tất cả hy vọng tương lai vào những người có tâm hồn cao cả sẽ mang lại cho thế giới niềm hoan lạc và tươi sáng hơn. Trong mấy chục năm gần đây, không những chúng ta đã có sự phát triển về vật chất mà ngay cả ý thức đạo đức và tình cảm xã hội cũng đã tiến bộ một cách rõ rệt. Ước vọng đem áp dụng thành quả của công cuộc phát minh khoa học vào việc cải thiện đời sống càng ngày càng tăng. Ý thức trách nhệm và quan hệ giữa người với người cũng đã phát triển trông thấy. Những chiến dịch chống lại việc bắt trẻ con làm việc nặng nhọc, quy luật lao động, trợ cấp người già cả và bồi thường cho những tai nạn v.v... là một vài thí dụ cho thấy ý thức về nghĩa vụ đối với mọi người trong xã hội đang tăng gia. Chưa bao giờ trong lịch sử thế giới người thấy ước vọng hòa bình lại tha thiết và lòng thù ghét chiến tranh lại mãnh liệt như hiện nay. Lòng dũng cảm bao dung và sự hy sinh không vụ lợi của hàng triệu con người trong cuộc chiến tranh này đã chứng minh sự tiến bộ về ý thức đạo đức và tình thương nhân loại.

Sự việc đang xảy ra hiện nay không phải chỉ ảnh hưởng đến

vận mệnh của một quốc gia, Anh, Đức, Nga hay Hoa Kỳ mà liên quan đến toàn thế giới. Nó không phải chỉ là một cuộc chiến tranh, nhưng là một cuộc cách mạng xã hội trong đó chiến tranh là một cục diện, một sự thay đổi toàn thể tư tưởng và những cơ cấu, một cuộc khủng hoảng đến tận nền tảng của nền văn minh của chúng ta. Lịch sử đã đặt thế hệ chúng ta vào một thời kỳ như thế và chúng ta phải cố gắng hướng dẫn cuộc cách mạng như phận sự lý tưởng chung. Chúng ta không thể xoay ngược cuộc cách mạng. Nền trật tự cũ, cha đẻ của những Hitlers, Mussolinis và Tojos, phải được đạp đổ. Những ai chiến đấu chống lại bọn họ phải nhận chân rằng, ngay bây giờ và tại đây, mình đang đặt cơ sở cho một nền trật tự tự do mới. Chúng ta phải can đảm nếu chúng ta muốn hòa bình và chặn đứng mọi mầm móng gây ra tai họa cho tương lai. Để có được hòa bình lâu dài, chúng ta phải diệt trừ những yếu tố gây ra chiến tranh, và phải thành thật trong cách sống mới, có nghĩa là chúng ta phải gạt bỏ những quan niệm cố chấp sai lầm. Chúng ta đừng vì lòng căm thù, vì những nỗi thống khổ bởi sự xâm lăng mà phán đoán kẻ thù một cách bất công. Ngay với kẻ tàn bạo chúng cũng phải tình nhân đạo; chúng ta hãy nhìn về tương lai và đừng để lòng thù hận nhỏ nhen vô ý thức làm lu mờ cái viễn tượng huy hoàng của nó.

Thế giới đang đứng giữa ngã ba đường và chỉ có hai lối để lựa chọn: đó là tổ chức nó thành một khối hoặc là những cuộc chiến tranh định kỳ. Chúng ta tạo ra xã hội trong đó chúng ta sống. Ta là chủ nhân ông của các chế độ mà vốn đã đi theo một đường hướng sai lầm và ta phải tìm ra một phương thuốc để cứu chữa cái xã hội bệnh hoạn này. Nếu, cho tới giờ đây, nền văn minh đã tiến bộ mà nhân loại hiện đang quằn quại trong đau khổ, điều đó không có nghĩa là nó đang bị một tiến trình lịch sử tàn bạo đưa đến sự tự diệt. Những thời kỳ sáng tạo lại là những thời kỳ nhiều thống khổ[2]. Thế giới sẽ phải trải qua một giai đoạn nhiều khủng hoảng trước khi tiến tới sự quân bình mới. Mặc dẫu chậm chạp, đôi khi còn tụt lùi nữa, nhưng nhất định nhân loại sẽ phải đi đến một thế giới tốt đẹp hơn. Nhưng tiến trình ấy còn tùy thuộc vào lòng dũng cảm và trí khôn ngoan của con người. Những mục đích xây dựng có thể cứu vãn nhân loại thường đã bị bỏ quên, không phải vì

---

[2] Cp. *"Con người hiện đại đã đến điểm cao nhất, nhưng ngày mai họ sẽ bị vượt qua; thật vậy họ là sản phẩm cuối cùng của một thời kỳ triển khai lâu dài, nhưng, đồng thời, cũng là mối tuyệt vọng đau đớn nhất của niềm hy vọng của loài người. Chính họ cũng nhận thấy điều đó. Họ đã thấy khoa học, kỹ thuật và tổ chức đã mang lại lợi ích như thế nào nhưng chúng cũng gây ra tai biến như thế nào rồi. Họ cũng đã thấy những chính phủ 'mạnh' dọn đường đến hòa bình theo nguyên tắc 'trong hòa bình, chuẩn bị chiến tranh".* Giáo Hội Thiên Chúa, Tình Huynh Đệ nhân loại, nền Dân Chủ xã hội quốc tế, và sự 'liên đới' những quyền lợi kinh tế, *tất cả đều đã thất bại trong cuộc thử lửa – đối diện với cái thực tế... Rốt cục, đằng sau biện pháp hòa dịu ấy vẫn có một mối hoài nghi đang nhấm gặm. Tóm lại, tôi tin rằng tôi không phóng đại khi tôi nói rằng, về mặt tâm lý, con người hiện đại hầu như đã hứng chịu một đòn chí mạng, và kết quả, đã rơi xuống vực thẳm hoài nghi"* – C.G. Jung, Modern Man in Search of a Soul, E.T. (1993), pp. 230-31.

thiếu thiện chí, nhưng vì đầu óc hỗn loạn và tính rụt rè của con người.

II.

XÃ HỘI CUỒNG LOẠN

Sự cuồng loạn trầm trọng trong đời sống xã hội hiện nay là vì sự mất thăng bằng giữa các chế độ xã hội và mục đích quốc tế. Thiên nhiên đã tạo cho nhiều chủng tộc những ngôn ngữ, tôn giáo và truyền thống xã hội khác biệt, và đặt trước loài người nhiệm vụ kiến thiết một nền trật tự trong thế giới nhân loại và tìm ra một lối sống, nhờ đó những chủng tộc khác nhau có thể chung sống hòa bình mà không dựa vào vũ lực để giải quyết những bất đồng giữa họ. Thế giới không phải là một bãi chiến để các quốc gia tranh giành xâu xé nhau mà là một nền cộng hòa của các dân tộc dị biệt hợp tác với nhau trong một nỗ lực xây dựng để hoàn thành cái sứ mạng cao cả là đem lại cuộc sống hòa bình và thịnh vượng cho tất cả mọi người.

Những điều kiện cần thiết cho sự đoàn kết thế giới đã có sẵn; chỉ còn thiếu ý chí của loài người mà thôi. Những trở ngại chia cách lớn như biển cả, núi rừng không còn hiệu lực gì nữa. Bằng những phương tiện giao thông, vận tải hiện có, thế giới đã trở nên nhỏ bé. Khác với tôn giáo và tập tục có tính cách địa phương, khoa học không chấp nhận những biên giới chính trị hay xã hội, và nói một thứ tiếng mà tất cả các dân tộc đều hiểu. Sự va chạm của con người "máy" đã phá vỡ thế giới tiền cơ giới gồm các quốc gia hoàn toàn biệt lập. Cuộc cách mệnh kỹ nghệ đã ảnh hưởng đến các cơ cấu kinh tế quá hoàn toàn đến nỗi chúng ta đã trở thành một xã hội thế giới với một nền kinh tế thế giới đòi hỏi một trật tự thế giới. Khoa học khám phá những yếu tố đồng nhất trong vũ trụ là nền tảng của đời sống nhân loại. Triết học hiển bày một ý thức phổ biến đằng sau thiên nhiên và nhân loại. Còn tôn giáo hướng con người đến những nỗ lực giải phóng tâm linh.

Trong những giai đoạn đầu của cuộc tiến hóa, dĩ nhiên nhân loại còn sống trong những hoàn cảnh biệt lập, tư tưởng cũng như tình cảm còn trong trạng thái lãnh đạm. Nhưng, khi quốc gia hình thành thì con người cảm thấy cần phải có một trật tự xã hội và quyền lực trung ương vững mạnh để giải quyết những cuộc tranh chấp và nội chiến giữa các bộ lạc. Nhiều quốc gia đã đạt đến sự đoàn kết dân tộc, và chỉ cần đẩy mạnh tiến trình ấy lên một bước nữa là có thể hoàn thành sự đoàn kết thế giới. Những cội rễ loài người bám sâu hơn những sợi dây chủng tộc và quốc gia. Trái đất của chúng ta không còn chỗ cho chủ nghĩa ái quốc hẹp hòi. Bối cảnh lịch sử, những điều kiện khí hậu và sự liên hồi đã biến đổi bộ mặt của các chủng tộc ngày nay. Chúng ta đều có những tiến trình tinh thần, những phản ứng tình cảm và những ước muốn, những yêu cầu căn bản như nhau. Trong cuốn *Descent of Man* (sự xuất hiện của loài người), Darwin nhận xét: *"Khi loài người tiến bộ về văn minh và các bộ lạc nhỏ được kết cấu lại thành những cộng đồng lớn hơn thì cái lý lẽ giản dị nhất sẽ cho mỗi cá nhân biết rằng anh ta phải mở rộng xã hội tính và tâm đồng tình của anh ta cho tất cả mọi người trong cùng một quốc gia, mặc dù anh ta không hề quen biết. Một khi đã đạt đến điểm đó rồi thì cái mà ngăn cản không cho anh ta mở rộng tâm đồng tình cho người của tất cả các quốc gia và nhân loại chỉ là một chướng ngại giả tạo mà thôi"*. Darwin sẽ rất kinh dị khi nghe người ta bàn đến sự độc tôn của chủng tộc và để cao một giống người như những đứa con yêu của Thượng Đế.

Sự thôi thúc của chủ nghĩa quốc gia và những lý tưởng của nó vẫn còn ngự trị trong đầu óc của các dân tộc bất luận chính kiến của họ là Quốc Xã, Cộng Sản, Phát Xít hay Dân Chủ, và như vậy, những năng lực của con người đã bị tách ra khỏi con đường tiến hóa của chính nhân loại để đi vào các ngõ hẹp. Chúng ta chỉ đón nhận những người máu mủ ruột thịt, hoặc những người, không nhiều thì ít, chúng ta có quen biết mà thôi. Một thứ giáo dục sai lầm chúng ta tiếp nhận ngay từ thuở nhỏ đã biến chúng ta thành nạn nhân "Nhiệt tình" của quốc gia. Chúng ta cho vũ lực, tính đê hèn và hành vi man rợ hoàn toàn thông thường nếu chúng có liên hệ với chính nghĩa quốc gia.

Chữ nghĩa quốc gia không phải là "thiên" tính. Nó là một tình cảm nhân tạo. Tình yêu quê hương, trung thành với truyền thống địa phương không có nghĩa là thù nghịch với những người láng giềng. Nếu ngày nay niềm tự hào quốc gia trở nên mãnh liệt thì đó chỉ chứng tỏ bản tính con người có khả năng tự lừa dối một cách phi thường. Chữ nghĩa ái quốc đã giết mất lòng kiền thành và nhiệt tình hợp lý. Những kẻ không may mắn trong việc xâm chiếm đất đai phản đối sự phân chia trái đất một cách bất công. Người Anh có một phần tư đất đai trên thế giới. Sau đó là người Pháp. Ngay cả các nước nhỏ bé như Hà Lan, Bỉ và Bồ Đào Nha cũng có những thuộc địa lớn. Nước Đức cần đất sống, để bành trướng và thống trị. Sự cần đất sống đã trở thành động cơ điều khiển các chính sách của các cường quốc đẩy dã tâm tham vọng. Nếu ta giả định rằng một dân tộc hùng mạnh nhất phải là bà chủ toàn cầu thì sự tàn khốc bất nhân sẽ trở thành mục tiêu đeo đuổi. Khi một học giả Oxford hỏi Hitler về chính sách của ông ta, Hitler đã chỉ trả lời vỏn vẹn trong một tiếng rất nồng nàn là: "Deutschlandl", và Hitler đã đúng một trăm phần. Ông ta nói: *"chúng ta hãy tàn ác! Nếu cứu được nước Đức, chúng ta đã thể hiện một nghĩa cử cao đẹp nhất của thế giới. Chúng ta hãy làm quấy! Nếu cứu được nước Đức, chúng ta đã diệt trừ một việc quấy lớn nhất thế giới. Chúng ta hãy vô luân! Nếu cứu được nước Đức, chúng ta đã mở ra con đường cho sự phục hồi đạo lý"*[3]. Trong cuốn Mein Kampf[4], Hitler nói: *"Chính sách ngoại giao chỉ là một phương tiện để đạt mục đích, và mục đích duy nhất được đeo đuổi là sự thuận lợi của chính dân tộc ta. Đó là mối quan tâm độc nhất của chúng ta. Còn ngoài ra, chính trị, tôn giáo, nhân đạo v.v... phải hoàn toàn gạt ra một bên để nhường chỗ cho sự quan tâm đó"*. Toàn thể sự sống con người phải phục tùng một mục đích duy nhất của hiệu lực quốc gia[5]. Một phi công trẻ tuổi người Đức bị

---

[3] Xem cuốn *The Deeper Causes of the War* (Những Nguyên Nhân Sâu Xa Hơn Của Cuộc Chiến) của Gilbert Murray và những người khác (1940), p.43.

[4] P. 686.

[5] Cp. Fichte: *"Không có luật pháp hay quyền hạn gì tồn tại giữa các quốc gia trừ quyền hành của kẻ mạnh. Một dân tộc có khiếu về siêu hình có quyền hoàn thành vận mệnh của nó với tất cả các phương tiện của quyền lực và sự thông minh"* – Doctrine of the State.

"Những kế hoạch mơ hồ và vô nghĩa về sự bành trướng của dân tộc Nhật Nhĩ Man chỉ là sự biểu hiện của một tình cảm thâm căn cố để cho rằng, nước Đức, với sức mạnh và sự tôn quý của mục đích quốc gia, với nhiệt tình của chủ nghĩa ái

hỏa lực phòng không bắn hạ và được đưa đến một căn nhà của người Pháp đã biến thành bệnh viện. Hắn bị thương gần chết. Viên y sĩ ghé vào tai hắn và nói: *"Cậu là một chiến sĩ và cậu có thể đối diện với cái chết một cách can đảm. Cậu chỉ còn sống được một tiếng đồng hồ nữa thôi. Cậu có muốn trối trăng gì cho gia đình cậu không?"*. Cậu bé lắc đầu. Viên y sĩ chỉ vào những người đàn bà và trẻ con bị thương nằm gần đó đang rên la, rồi nói: *"Giờ đây cậu sắp đối diện với thượng đế, chắc cậu muốn bày tỏ sự ân hận về những việc mà cậu đã làm, bây giờ cậu đã thấy kết quả của công việc cậu đã làm"*. Viên phi công hấp hối, trả lời: *"Không. Tôi chỉ ân hận là không thể tiếp tục thi hành những mệnh lệnh của Cha tôi, Hitler muôn năm!"* và hắn tắt thở, Chủ nghĩa Đức Quốc Xã là một phong trào quần chúng. Khi Nga tham gia cuộc chiến hiện tại, đông đảo quần chúng tại Mạc Tư Khoa được nhắc đến với niềm hãnh diện, vì họ đang cầu nguyện cho sự thành công của quân đội Nga và nguyền rủa Hitler như kẻ tử thù của tôn giáo. Cuộc chiến đấu lúc này chính thức được miêu tả như "Thánh chiến cho tổ quốc Xô Viết và cho sự giải phóng các dân tộc". Không phải chỉ một dân tộc, mà cả thời đại, là quốc gia. Với bộ máy trung ương tập quyền của nhà nước, với những phương tiện

---

quốc, với trình độ cao về khả năng và sự trong sạch lương hảo của nền hành chính, với sự thành công của tất cả mọi ngành hoạt động, với tính cách siêu việt về triết học, nghệ thuật và luân lý v.v… có quyền cho lý tưởng quốc gia của người Đức là cao nhất" – Sir Eyre Crowe's "Memorandum" of January I, 1907.

kỹ thuật tiến bộ hiện đại, với sự truyên truyền rộng rãi, và sự động viên của toàn thể dân chúng, cả thân thể, tinh thần và linh hồn của họ đều bị ảnh hưởng. Nhà nước tuyệt đối và công lợi xã hội trở nên đồng hóa. Quyền cá nhân về đời sống riêng tư bị phản đối, những đức tính tự nhiên của con người như: tình yêu, tình thương biến mất. Chúng ta tựa hồ bị ma lực nắm bắt, hạ con người xuống ngang hàng thú vật. Thần nhân biến thành vật nhân. Tính tham lam của những con thú lớn buộc chúng ta sống đời nỗ lực nhưng rỗng tuếch, tàn nhẫn, tầm thường nhỏ nhen và thô bỉ. Nhân tính bị sự thống trị tiêu hủy. Đã qua nhiều thế kỷ sờ soạng một cách kiên nhẫn và cố gắng không ngừng con người mới biết được rằng sự sống trong bản thân và trong những kẻ khác là thiêng liêng và vô giá. Mỗi cá nhân đều có những nét ngời sáng đặc biệt mà chỉ có con người đủ nhạy cảm mới nhận thấy. Ý muốn trở thành tốt là một bộ phận căn bản trong con người. Dù nó có bị phủ kín, che đậy hay biến thể đến đâu đi nữa thì nó cũng không bị tiêu diệt. Nó luôn luôn hiện diện và kẻ nào nhận ra nó sẽ có một phản ứng khoan dung quảng đại. Tuy nhiên, nền trật tự xã hội trong một xã hội tư bản hiện tại, truyền thống hiếu chiến và một thế giới chia thành nhiều phe kình địch nhau, sẽ giết chết tinh thần con người.

Dưới những cấp độ khác nhau, các quốc gia trên thế giới ngày nay đang bị ảnh hưởng bởi chủ nghĩa quốc gia cuồng nhiệt đó, bởi ý chí mù quáng về quyền lực và bởi chủ nghĩa cơ hội theo phương châm "Sống chết mặc bay". Trong một thế giới như vậy, cái khuynh hướng tự nhiên là bắt kẻ khác phải khuất phục. Đó là trường hợp quốc gia mình chống lại tất cả quốc gia khác trong một cuộc tranh đấu không ngừng.

Thường thường thì cuộc tranh chấp đó có tính cách ngoại giao, thương mãi, nhưng đôi khi nó biến thành vũ lực công khai. Năng lực để bảo tồn sự thống nhất và lành mạnh của thế giới được biến thành năng lực suy tôn một nhóm thiểu số, một giai cấp, chủng tộc hay một quốc gia. Nhà nước trở thành một con quái vật khổng lồ và đời sống nội tâm của ta bị khô cứng. Đời sống nội tâm của ta càng khô cứng bao nhiêu thì ta càng trở nên hữu hiệu cho những tham vọng quốc gia bấy nhiêu.

Chúng ta không còn chiến đấu với nội tâm nữa vì cuộc sống của ta đã được qui định một cách rất tinh tế do một bộ máy độc ác khi hành động và tàn nhẫn với tất cả mọi sự chống đối. Nhà nước tự nó biến thành cứu kính, có quyền cơ-giới-hóa tinh thần ta và huấn luyện ta thành những con ngựa đua[6].

Ta không nên lầm lẫn giữa tạm bợ và vĩnh cửu. Ta đừng lầm

---

[6] Cp. Mc Taggart: *"Một tôn giáo tự cột mình vào một phương tiện đã không vươn lên khỏi sự sùng bái mê tín. So với sự sùng bái quốc gia, sự sùng bái động vật còn hợp lý và đáng được tán thưởng. Một con bò mộng hay một con cá sấu có thể không có giá trị chân thật, nhưng nó còn có chút ít, vì nó là một sinh vật. Quốc gia thì không có một chút gì cả".*

lẫn nền trật tự hiện tại mà ta mong muốn với luật tắc bất di bất dịch của vũ trụ. Niềm khác vọng tình thương và chân lý ăn sâu trong bản tính con người đòi hỏi ta phải sống như những cá nhân tự do trong một thế giới thân hữu. Vấn đề sống như những thân hữu, kiểm soát lấy quyền lực tự diệt của ta, và dùng vào những tài nguyên thiên nhiên vào việc mưu cầu hạnh phúc chung cho cả thế giới, tất cả đòi hỏi ở chúng ta một thế giới hòa bình, đòi hỏi sự cởi mở của những giai cấp và các quốc gia có nhiều đặc quyền. Nếu chúng ta là những người yêu nước chân chính thì mối quan tâm của chúng ta không phải là địa phương, chủng tộc hay quốc gia, mà là nhân loại. Niềm khắc khoải đó sẽ là tình yêu tự do cho tất cả, là độc lập, là hòa bình và hạnh phúc xã hội. Chúng ta sẽ không chiến đấu cho xứ sở chúng ta mà là cho nền văn minh, và bằng sự tổ chức hợp tác, khai thác trên những tài nguyên trên hoàn cầu để mang lại lợi ích lớn lao nhất trong tương lai cho cả loài người. Để đạt được mục đích ấy, ta cần sự giáo dục lại tinh thần, cải tiến lòng tin và tư tưởng. Lý trí và ý chí của vũ trụ hoạt động qua mỗi cá nhân mà có thể thực hiện được những năng lực của hoàn cảnh, thấy trước sự hoạt động của chúng và có thể quy định chúng. Sự tiến hóa không còn là một vận mệnh cố định. Dụng cụ của nó là tinh thần và ý chí con người. Một thế hệ mới cần phải được huấn luyện theo những lý tưởng cao cả, của đời sống tâm linh, của ý thức huynh đệ giữa loài người, của thương yêu và hòa bình.

III.

CHIẾN TRANH
VÀ TRẬT TỰ MỚI

Trong cuốn *The Study of History* (Sử Học), Giáo sư Arnold Toynbee đã nhận xét những hoàn cảnh trong đó các nền văn minh sinh trưởng và những điều kiện đưa đến sự suy đổi của chúng. Sự trưởng thành và bành trướng của các nền văn minh không thể dựa trên sự độc tôn của chủng tộc hay động tác tự nhiên của hoàn cảnh. Chúng là kết quả của sự điều hòa các liên hệ giữa người và hoàn cảnh xung quanh, và tiến trình đó có tính chất "Thách thức và đáp ứng". Những hoàn cảnh biến đổi cấu thành sự thách thức đối với xã hội và chính nhờ ở nỗ lực đáp ứng lại sự thách thức ấy mà văn minh sinh trưởng. Sống có nghĩa là cố gắng không ngừng để thích ứng hoàn cảnh. Khi hoàn cảnh biến đổi và sự đáp ứng thành công thì ta có tiến bộ; khi hoàn cảnh biến đổi quá nhanh hay quá đột ngột khiến ta không thích ứng kịp thì ta sẽ bị tiêu diệt. Chúng ta đừng tưởng rằng nhờ có trí lực hay biết làm chủ trái đất mà ta thoát được những luật tắc tự nhiên chi phối mọi sinh vật. Trong trường hợp những nền văn minh xưa kia sự thách thức chỉ có tính chất vật chất ngoại tại, ngược lại, vấn đề của những nền văn minh sau này thì phần chính là tinh thần nội tại. Sự tiến bộ ngày nay không thể được đánh giá qua sự phát đạt về vật chất hay kỹ thuật mà bằng những biến đổi sáng tạo ở lĩnh vực tinh thần và tâm linh. Tôn trọng những giá trị tinh thần, yêu sự thật, lẽ phải và cái đẹp, yêu công bằng, chuộng tình thương, đồng tình với những người bị áp bức và tin tưởng tình huynh đệ của con người, là những đức tính sẽ cứu vãn nền văn minh hiện đại... Những kẻ tự tách khỏi cộng đồng thế giới dưới danh nghĩa tôn giáo hay chủng tộc, quốc gia hay chính thể, không những chẳng giúp ích gì mà còn làm hại cho sự tiến hóa của nhân loại. Lịch sử đã ghi lại sự sụp đổ của nhiều nền văn minh đã không tự thích ứng được, đã không sản xuất được những khối óc có đủ thông minh và tài ứng biến cần thiết. Những người sáng suốt nhận thấy trong thời đại nguy hiểm này của thế giới sự kết liễu không những một giai đoạn lịch sử mà còn là một gia đoạn tinh thần của loài người và của mỗi cá nhân tự giác. Con người chưa hẳn đã tiến hóa đến tột đỉnh. Lịch sử sự sống trên trái đất đã bắt đầu từ hơn một nghìn triệu năm. Mỗi thời kỳ địa chất đã xuất hiện những sinh vật có thể đại biểu cho một hình thức sáng tạo cao nhất. Tuy nhiên, những hình thức của sự sống ấy đã được thay thế bằng những hình thức khác. Giai đoạn tiến hóa tới sẽ không phải ở thể chất mà ở tinh thần con người, ở sự hiểu biết rộng rãi và giác ngộ cá nhân, và ở sự phát triển những đặc tính mới thích hợp với thời đại mới. Khi con người có được ý thức triết học, hiểu biết một cách sâu xa về ý nghĩa toàn thể, khi ấy đời sống xã hội sẽ trở nên thích đáng hơn và ảnh hưởng không những đến cá nhân mà còn ảnh hưởng đến cả các quốc gia và các dân tộc. Chúng ta phải chiến đấu, trước hết trong bản thân ta, rồi đến xã hội bên ngoài, để giành cho được một nền trật tự mới.

Cuộc chiến tranh này không phải là một cuộc xung đột giữa văn minh và dã man, vì mỗi người tham chiến đều quan niệm là họ đang chiến đấu để bảo vệ nền văn minh. Nó không phải một cố gắng để làm sống lại một quá khứ đã chết hay một nền văn minh què quặt đã quá suy đổi. Nó là hành động cuối cùng sẽ mở đường cho một kỷ nguyên mới của thế giới cộng đồng. Bởi vì chúng ta không chịu thay đổi hoặc thay đổi một cách chậm chạp nên quan niệm mới buộc phải phát sinh tìm lối thoát bạo lực. Nếu thế giới cũ đã phải chết trong bạo lực, trong tai họa, trong lầm than, trong khủng bố và hỗn loạn, nếu nó đã sụp đổ và cuốn theo nó nhiều điều chân, thiện, mỹ, cuốn theo bao nhiêu máu, nước mát, sinh mạng và làm cho nhiều người phải quằn quại trong tinh thần, là vì chúng ta đã không tự điều hòa được với thế giới mới mà trên bản chất đã luôn luôn là bất khả phân, và hiện giờ đang trở dậy để trở thành bất khả phân trên thực tế. Nếu chúng ta không tiến tới và không tự trút bỏ những thành kiến chật hẹp thì một tai họa kinh khủng sẽ làm chúng ta bừng tỉnh và giúp ta cởi bỏ và đập tan mọi hình thức cứng nhắc làm tê liệt những tình cảm khoan dung và đồng tình quảng đại.

Tội ác không phải là một hiện tượng ngẫu nhiên. Bạo động, áp bức và hận thù không phải là một dấu hiệu hỗn loạn nhưng của một trật tự đạo đức. Luật tắc thiên nhiên vốn nhất trí, vốn tôn trọng tình người và tình huynh đệ, nhưng khi luật tắc ấy bị chà đạp thì kết quả sẽ hỗn loạn, thù hận và chiến tranh. Lịch sử có luận lý của nó và cho ta thấy những rối loạn, vô trật tự là cần thiết để quét sạch những gì đã quá lạc hậu, quá mòn rũa mà đã cản trở tiến bộ. Ngay bây giờ đây, khi mà thế giới, đứng về phương diện vật chất, cơ hồ như bị tiêu hao bởi oán ghét, khi mà bạo lực, sợ hải, dối trá và tàn nhẫn tựa hồ như đời sống thực tế của đời sống nhân loại, thì những lý tưởng cao cả của chân lý và tình thương vẫn cũng đang ngấm ngầm hoạt động để tiêu diệt bạo ác và dối trá. Nếu ta không sáng suốt và can đảm để hoạt động cho nền hòa bình và thống nhất thế giới thì thế giới này có thể chỉ sẽ là môi trường hoạt động của quỷ sa-tăng đội lốt Thiên thần. Mặc dầu phải trải qua giông tố, ta cứ nhìn về tương lai mà tin tưởng một cách chắc chắn là có một ý thức sâu xa về tất cả sự hỗn độn và rối loạn này. Biết đâu qua những nỗi bi thảm ấy chúng ta lại không có một sự hiểu biết đầy đủ hơn về những giá trị tinh thần mà sẽ đưa nhân loại lên một tầm mức cao hơn. Chiến tranh không phải hoàn toàn do một bọn điên rồ, cuồng tín, ích kỷ, tham lam, mà nó cũng là một cuộc chiến đấu cho tinh thần nhân loại do những cá nhân trung thành, nhẫn nại, trong chờ vào một cuộc sống mới và sự nghiệp hòa bình. Con người là kẻ phá hoại nhưng đồng thời cũng là kẻ xây dựng. Thế giới khổ đau này rất có thể trở thành cảnh cực lạc. Ngày ấy có thể là còn lâu mới đến, có thể là hàng chục năm hay hàng thế kỷ. Vì sự trở thành một thế giới mới không phải dễ dàng, nhưng giá trị của nhân loại cũng không phải cứ mãi mãi đi xuống. Trong mỗi chúng ta đều có một ý thức tiềm tàng sự nhất trí của sự sống, sự nhất trí ấy làm cho lòng người cố kết với nhau trong một niềm tin vững chắc của một nền trật tự tốt đẹp hơn. Đã có một lúc niềm tin ấy yếu ớt và hy vọng đã trở nên lu mờ. Nhưng thời kỳ đen tối ấy đã báo trước một buổi sáng huy hoàng mang lại cho đời sống nhân loại một niềm hoan lạc. Sự ngoan cố và đắc thắng tạm thời của một thiểu số không thể cản trở được bước tiến của thời đại, không thể bóp chết được niềm hy vọng và có ý chí vươn tới của toàn thể loài người. Có thể còn mất nhiều thế kỷ nữa sự tiến bộ về đạo đức mới khiến cho con người gội sạch được lòng vị kỷ hẹp hòi, ham chuộng quyền thế, thú vui phi lý bằng cách đánh gục một kẻ thù, và khiến cho họ từ bỏ những tiện nghi cần thiết, từ bỏ mọi đặc quyền cá nhân mà, chỉ bằng cách đó, họ mới có thể đảm bảo cho xã hội chống lại mọi bất công, thối nát. Tuy nhiên, cuối cùng, sự tiến hóa của thế giới sẽ thắng, bởi lẽ thế giới không phải nằm trong tay của một thiểu số phản phúc bạo tàn. Sự kết liễu của một nền văn minh không phải là sự kết liễu của lịch sử mà rất có thể là sự mở màn cho một thời đại mới.

IV.

CHỦ NGHĨA HIỆN SINH: NHƯỢC ĐIỂM CHÍNH CỦA THỜI ĐẠI CHÚNG TA

Những nguyên nhân chính của sự thống khổ hiện nay là gì? Khi ta tìm đến nguyên nhân của cuộc chiến tranh, ta có thể nghĩ đến những nguyên nhân xa vời, chính yếu hay thứ yếu. Ta có thể tìm nguyên nhân ấy trong tâm lý cá nhân của Hitler, trong thiên tài độc ác của ông ta, hay trong sự bất mãn của nước Đức với những điều khoản về tội phạm chiến tranh được ghi trong Điều Ước Versailles, hoặc về sự từ chối không trả lại những thuộc địa cũ của người Đức, hay trong niềm kiêu hãnh bị tổn thương và tính lãng mạn của một dân tộc vĩ đại. Ta cũng có thể tìm thấy nó trong sự thất bại về hội nghị tài binh của hội Quốc Liên, hay trong sự va chạm giữa các quốc gia trong cuộc chạy đua bành trướng thuộc địa. Nhưng không một nguyên nhân nào trên đây có thể chịu trách nhiệm cho cuộc đại họa này. Mỗi nguyên nhân ấy thật sự là một kết quả chứ không phải nguyên nhân. Cái đã làm cho thế giới đầy hy vọng này tan tành là sự thắng thế của một nền triết lý chứa đựng những giả tưởng, những tín ngưỡng và giá trị sai lầm[7].

Văn minh là một lối sống, một cuộc vận động tinh thần của con người. Bản chất của nó không phải là sự nhất trí về sinh vật của chủng tộc, hay ở những tổ chức chính trị và kinh tế mà là ở những giá trị đã sáng tạo và duy trì tất cả những cái đó. Cơ cấu chính trị và kinh tế chỉ là những tổ chức để người ta dựa vào đó mà biểu hiện nhiệt tâm và trung thực đối với thị kiến và giá trị của sự sống mà người ta chấp nhận. Mỗi nền văn minh là sự biểu hiện của một tôn giáo, vì tôn giáo biểu hiện niềm tin vào những giá trị tuyệt đối và một lối sống để thể hiện những giá trị ấy. Nếu ta không nhận chân rằng

---

[7] Tác giả sách *Epistle of James* hỏi: *"Do đâu mà có chiến tranh và chết chóc giữa các người?"* và trả lời: *"Do lòng tham dục của các người"*.

những giá trị mà một nền văn minh biểu hiện là tuyệt đối thì những luật tắc của nó là luật tắc chết và định chế của nó sẽ sụp đổ. Tín ngưỡng tôn giáo cho chúng ta lòng nhiệt thành để theo đuổi trong lối sống và, nếu niềm tin ấy phai mờ, sự thuận tòng chỉ còn là một thói quen, và thói quen sẽ dần dần suy giảm. Chẳng hạn, những tín ngưỡng Quốc Xã và Cộng Sản là những tôn giáo hiện sinh. Bất cứ sự chuyển hướng nào trong tư tưởng hay niềm tin mà xa rời chế độ là một tội phạm. Nhà nước trở thành giáo đường với các Giáo Hoàng và những tòa án tôn giáo (Inquisitions). Ta cầu nguyện khi ta được nhận vào đạo. Ta tìm ra những kẻ dị giáo và đưa họ lên đoạn-đầu-đài. Ta sử dụng mọi năng lực và tình cảm tôn giáo. Những tín ngưỡng thế tục ấy biểu trưng một quyền uy ghê gớm, một động lực tâm lý mà hầu như không có trong những hành động của những người cố gắng chống lại chúng.

Đặc trưng của một nền văn minh là ở quan niệm của nó về bản tính và vận mệnh của con người. Con người có được, theo danh từ sinh-vật-học, coi như một sinh vật tinh khôn nhất không? Người có là con vật kinh tế bị chi phối bởi những qui luật cung, cầu, và đấu tranh giai cấp không? Người ta có là con vật chính trị với một học thuyết chính trị quá độ chiếm cứ trung tâm tinh thần con người và thay thế cho tất cả tri thức, tôn giáo và trí tuệ? Hay con người có một yếu tố tâm linh nào đó đòi hỏi phải nhường những chỗ tiện nghi tạm bợ cho những giá trị chân thật và vĩnh cửu? Nhân loại chỉ được hiểu theo những danh từ sinh-vật-học, chính-trị-học và kinh-tế-học thôi, hay ta còn phải nghĩ đến đời sống gia đình và xã hội của họ, đến tình yêu truyền thống và quê hương, đến niềm hi vọng của tôn giáo và những niềm an ủi đã có từ trước những nền văn minh tối cổ? Ý nghĩa sâu xa hơn của cuộc chiến là giúp chúng ta nhận chân được quan niệm sai lầm về bản tính cũng như chân tướng của con người mà, trong đó tất cả chúng ta đều có liên quan trong tất cả lối sống và lối suy nghĩ của chúng ta. Nếu chúng ta không cư xử tử tế với nhau, nếu tất cả những nỗ lực đem lại hòa bình trên trái đất đã thất bại, thì đó chính là vì đã có những trở ngại tị hiềm ích kỷ và hiểm độc ngay trong tâm hồn con người mà lối sống và suy nghĩ của chúng ta không gội sạch được. Nếu ngày nay chúng ta bị khuất phục bởi sự sống thì đó không phải là là vận mệnh độc ác. Sự thành quả của chúng ta trong công cuộc kiện toàn những khí cụ vật chất cho đời sống đã sản sinh ra một thái độ tự tín và kiêu hãnh đưa đến chỗ lạm dụng thay vì cảm hóa vật chất. Cuộc sống xã hội đã cho ta phương tiện như chối bỏ cứu kính. Một mù quán rùng rợn đã khiến con người ở thế hệ chúng ta không ngần ngại đầu cơ trục lợi trong nỗi đau khổ của đồng loại bằng những sắc luật kinh tế khắc khe trong thời bình và xâm lăng, tàn bạo trong thời chiến. Sự tách rời yếu tố tâm linh ra khỏi đời sống con người là nguyên nhân đưa đến sự tôn thờ vật chất, và sự đầu hàng của con người trước quyền lực vật chất là nhược điểm chính của nền văn minh hiện đại.

Kinh Bhagavadgita vạch ra rằng khi con người tự cho mình là thần thánh trên trái đất, khi họ tự tách rời khỏi nguồn gốc của họ, khi họ bị vô minh che lấp như vậy thì họ triển khai trong họ một con quỷ độc ác hay tính tự tôn tự đại cho mình là tuyệt đối cả về trí thức lẫn quyền lực. Con người đã trở thành tự trị và đánh rơi mất đức khiêm tốn nhún nhường. Họ muốn tự làm "Thần thánh". Trong mưu toan nắm quyền điều khiển lấy vận mệnh, con người đã kiến tạo một nền văn hóa trong đó phủ nhận sự tồn tại của Thượng đế. Tính tự túc, tự mãn đã đạt đến tuyệt đỉnh. Chiến tranh chính là kết quả của tính tự phụ ấy; các nhà độc tài muốn tự do thay đổi thượng đế, thay trời. Họ muốn thủ tiêu thượng đế vì họ không muốn có địch thủ. Hitler là một nhân vật độc đáo, là nhà tiên tri của nền văn minh của tất cả chúng ta. Khi phải chứng kiến những sự suy đổi của mọi giá trị, chúng ta không phải kêu lên với Quận Công Albany trong King Lear; *"Đây là thời đại của những người điên dắt dẫn những kẻ mù"*.

Con người tưởng tượng mình là trên hết và tin tưởng một cách mù quáng vào vật chất, vào kỹ thuật, vào những cái tạm bợ trước mắt. Kỹ nghệ và thương mại nhắm vào lợi lộc và sự giàu có hơn là vào việc thỏa mãn nhu cầu của nhân loại. Thế giới chân, thiện, mỹ được coi như một sản phẩm được cấu tạo một cách ngẫu nhiên bởi các nguyên tử và tất nhiên cũng kết liễu như nó đã bắt đầu trong một đám mây khinh khí. Con người với tham vọng vô biên sẽ soán quyền tạo hóa, và cố gắng xây dựng một thế giới mới bằng phổ thông đầu phiếu, bằng sản xuất tập thể, bằng đổi công và thỉnh thoảng chúc tụng một ông "trời" mà người ta hoàn toàn tin chắc. Tín ngưỡng hiện đại là chủ nghĩa hiện sinh, tôn sùng con người và Nhà Nước được pha lẫn với một chút màu mè tôn giáo. Chủ thuyết cho rằng con người chỉ sống cơm áo đã cắt đứt sự liên lạc của con người với thế giới tâm linh, và hoàn toàn biểu thị con người trong những xã hội giai cấp, chủng tộc, quốc gia và dân tộc. Những giá trị của cuộc sống mà chúng ta theo đuổi, bất luận nghề nghiệp của chúng ta là gì, cũng không khác nào những giá trị của kẻ thù của chúng ta: tham quyền, tàn ác và thống trị. Thức ăn ngon, quần áo đẹp, giường nệm ấm êm chưa đủ để thỏa mãn chúng ta. Đau khổ và bất mãn không phải chỉ xuất phát từ sự nghèo khổ. Người là một con vật kỳ lạ, hoàn toàn khác với các loài vật khác. Con người có những kiến thức xa rộng, những niềm mơ ước bền bỉ, những năng lực sáng tạo và sức mạnh tâm linh. Nếu những yếu tố ấy trong con người không được phát triển và thỏa mãn thì con người có thể có tất cả những tiện nghi mà của cải có thể cung cấp, nhưng cảm thấy đời là vô vị. Trí óc hiện đại được hình thành bởi những Xã-Ước (social contract) của Rousseau, Tư-Bản (Capital) của Marx, Về Nguồn Gốc Các Loài Vật (On the Origin of Species) của Darwin và Sự Suy Đồi Của Tây Phương (The Decline of the West) của Spengler. Sự hỗn độn của đời sống bên ngoài của chúng ta là phản ánh sự rối loạn trong nội tâm ta. Plato nói: *"Những định chế của thế giới bên* ngoài chỉ là phản ánh những giá trị trong tâm hồn con người"[8]. phải có một sự thay đổi về những lý tưởng mà chúng ta ôm ấp, về những giá trị chúng ta theo đuổi trước khi chúng ta có thể biểu hiện hóa chúng về phương diện xã hội. Chúng ta chỉ có thể tạo dựng được một tương lai tốt đẹp theo mức độ chúng ta tự thay đổi. Cái mà ta thiếu trong thời đại chúng ta là tâm hồn, chứ thể xác thì không sao cả. Chúng ta đau yếu về tâm linh. Chúng ta phải tìm ra những cỗi gốc vĩnh viễn và khôi phục niềm tin ở chân lý sẽ mang lại sự điều hòa, nhất trí và ý nghĩa cho sự sống; Nếu không, khi bão lụt xảy đến và tràn vào nhà ta thì nó sẽ sụp đổ[9].

---

[8] Cp. Rousseau: *"Ô, người ơi! Đừng tìm tác giả của tội ác nữa, tác giả là người đấy. Tội ác người làm hay tội ác người chịu, cả hai đều do người cả"*.

[9] Cp. Ruskin: *"Từ khi lãnh thổ đầu tiên của con người được thiết lập trên đại dương, hơn hết, có ba chiếc ngai vàng đáng chú ý đã được dựng lên trên bãi cát: đó là ngai vàng của Tyre, Venike và của Anh Cát Lợi. Chiếc thứ nhất chỉ còn trong trí nhớ, chiếc thứ hai đã sụp đổ; chiếc thứ ba, thừa hưởng sự vĩ đại của hai chiếc trước, nếu lại quên tấm gương của chúng, thì có thể sẽ trải qua một giai đoạn kiêu hãnh hơn để rồi đi đến tiêu diệt một cách kém thương tâm hơn"*.

V.

CA TỤNG CHIẾN TRANH

Trước hết hãy xét đến vấn đề vị trí của bạo lực trong xã hội. Sự nhấn mạnh của thánh Cam-Địa về bất bạo động và chiến tranh đã khiến cho vấn này trở nên cấp bách và, nếu có thể, chúng ta cần phải có một ý niệm thật rõ ràng về vấn đề này. Hàng thế kỷ, chiến tranh – một nỗ lực có tổ chức để tàn sát lẫn nhau – đã được ca tụng như một sự kiện tự nhiên và lành mạnh không thể tách rời đời sống của một quốc gia. Con người thường dùng lý trí để biện minh cho những hành động của mình. Chiến tranh được coi như một phương tiện để đạt đến những mục đích cao đẹp. Sau đậy chúng tôi xin trích dẫn ý kiến của một số người để chứng minh cho nhận xét này.

Nietzsche nói: *"Đối với những quốc gia đang trở nên yếu kém và bị khinh thị thì chiến tranh có thể được coi làm một liều thuốc, thật vậy, nếu quốc gia ấy muốn tiếp tục sống còn"...* *"Đàn ông phải được huấn luyện cho chiến tranh, đàn bà cho sự tiêu khiển của các chiến sĩ, còn ngoài ra, tất cả chỉ là điên rồ"...* *"Bạn cho rằng chính nghĩa thăng hoa ngay cả chiến tranh? Không! Tôi cho rằng một cuộc chiến tranh tốt thánh hóa bất cứ chính nghĩa nào"...*

Ruskin nói: *"Tôi nghĩ rằng tất cả các quốc gia hùng cường đã thể hiện sự thật và sức mạnh tinh thần của họ trong chiến tranh rằng họ được nuôi dưỡng trong chiến tranh và lãng phí trong hòa bình, được dạy dỗ trong chiến tranh và bị lừa gạt trong hòa bình, tóm lại một câu là họ sinh trong chiến tranh và chết trong hòa bình."*

Molke thì nói: *"Chiến tranh là một bộ phận bất khả phân trong thế giới của thượng đế, nó thúc đẩy sự cống hiến cao quí nhất của con người"...*

... "Hòa bình vĩnh cửu chỉ là một giấc mơ, nhưng không là một giấc mơ đẹp."

Bernhardi tuyên bố: *"Chiến tranh là một nhu cầu sinh học,*

một quy định không thể thiếu trong đời sống nhân loại, nếu thiếu nó thì kết quả sẽ là một lối tiến hóa tai hại cho loài người và hoàn toàn đi ngược lại với tất cả mọi nền văn hóa... Nếu không có chiến tranh thì những dân tộc nhược tiểu hay dã man sẽ nuốt chững những dân tộc khỏe mạnh và văn minh và kết quả là sự sụp đổ toàn diện. Chiến tranh là một trong những yếu tố căn bản của đạo lí. Nếu cần thì một chính khách phải gây ra một cuộc chiến tranh: đó không những là nhiệm vụ chính đáng mà còn là nhiệm vụ đạo đức và chính trị nữa."

Oswald Spengler viết: *"Chiến tranh làm một hình thức vĩnh viễn của sự sống cao đẳng của con người, các quốc gia tồn tại vì mục đích gây chiến,"*.

Mussolini quả quyết: *"Chỉ có chiến tranh mới đưa được toàn lực của con người đến điểm mãnh liệt nhất, hãy tặng huy chương cao hơn hết cho những dân tộc nào có đủ can đảm đón nhận nó"*.

Trong bài diễn văn đọc trước một số sinh viên của đại học Aberdeen năm 1931, Sir Arthur Keith nói: *"Thiên nhiên giữ cho vườn cây nhân loại xanh tốt bằng cánh xén tỉa, chiến tranh là chiếc kéo tỉa cành cây của thiên nhiên. Chúng ta không thể ngăn cản công việc của thiên nhiên."*

Đã có những người thuộc tất cả các quốc gia ca tụng chiến tranh như kẻ ban bố nghị lực, cải tiến sự sinh tồn và là kẻ tiêu diệt sự yếu kém. Người ta bảo chiến tranh đã phát triển những đức tính cao quý như: can đảm, danh dự, trung thành và võ hiệp.

Lương tri con người đã tiến triển theo thời gian và ngày nay chiến tranh không còn được ca tụng nhưng được chấp nhận với niềm ân hận ray rứt trong lòng.

Trong khi phe Trục vẫn bám lấy chiến tranh cho đó là một yếu tố căn bản của tiến bộ xã hội, trong khi họ tin rằng sức mạnh là tiêu biểu cho sự vĩ đại của một dân tộc, rằng mục đích của kẻ mạnh là phải khuất phục kẻ yếu, rằng chiến tranh xâm lược là một vinh quan chứ không phải tội ác, rằng bất luận bằng cách nào mang lại thắng lợi dù là lừa gạt, tàn bạo, khủng bố, phi nhân đều được cả, thì các quốc gia Đồng minh tuyên bố họ bắt buộc phải tham chiến vì muốn kiến tạo hòa bình, vì muốn xây dựng một nền trật tự thế giới mà trong mối bang giao giữa các quốc gia phải được quy định như thế nào để tránh những cuộc chiến tranh định kỳ. Họ không những chỉ ghê tởm chiến tranh mà còn ghê tởm cả cái tinh thần và khuynh hướng của phe Trục[*]. Trong một bầu không khí

---

[*] Trong Mein Kampt, Hitler viết: *"Vấn đề làm thế nào mang lại quyền lực cho người Đức không phải ở chỗ chúng ta có thể chế tạo vũ khí như thế nào, nhưng ở chỗ làm thế nào gây được tinh thần khiến cho một dân tộc có khả năng mang vũ khí. Một khi có được tinh thần ấy rồi thì một dân tộc có trăm nghìn cách đi đến vũ trang cần thiết."*

chiến tranh, tất cả mọi phương tiện giáo dục đều nhằm vào việc bồi dưỡng tinh thần chiến tranh. Trong các phim ảnh phơi bày toàn những dụng cụ giết người: nào đại bác, xe tăng, tàu chiến, máy bay, mìn và lựu đạn, v.v.. chúng ta chiến đấu với quân địch bằng lòng tràn đầy thù hận, man rợ và với một đầu óc được tăng cường bằng sự khôn ngoan của khoa học.

Song, các tôn giáo đã tán dương sự bất bạo động như một đức tính tối cao, và cho bạo động là nhược điểm của con người. Người ta không bao giờ tìm thấy điều thiện trong một hình thức hoàn toàn trong thế giới khuyết điểm này, để thấy được sự biểu hiện hoàn toàn của nó ta phải đi vào một thế giới trong đó không còn có thiện, ác đối đãi nữa. Nếu lý tưởng ấy chưa được thấm nhuần đầy đủ trong nhân gian như chúng ta mong muốn thì điều đó không có nghĩa là chúng ta phải xa rời lý tưởng ấy. Những nguyên lý tuyệt đối phải được gắn liền với thế giới kinh nghiệm mà đang biến đổi và tùy thuộc vào tính ngu xuẩn và ích kỷ của con người. Chúng ta phải mang lại những sự thay đổi trong tình hình xã hội sẽ đưa đến sự thể hiện lý tưởng ấy một cách đầy đủ hơn. Tôi có thể lấy Ấn Độ giáo và Thiên Chúa giáo làm điển hình.

VI.

QUAN ĐIỂM CỦA ẤN ĐỘ GIÁO

Các kinh điển của Ấn Độ giáo coi *ahimsà*, hay bất bạo động là đức tính cao cả nhất. *Ahimsà* có nghĩa là từ bỏ *himsà*, hay bạo động vốn là nguyên nhân gây ra mọi thống khổ cho tất cả sinh vật, người cũng như thú vật. Trong Chàndogya Upanisad người ta thấy nói ngay cả các lễ vật dùng cho việc tế tự cũng phải có tính chất đạo đức. Tại các nơi ẩn cư trong rừng *(àsramas)* người ta thấy một tinh thần bằng hữu bao trùm cả người lẫn vật. Nhưng ta không thể cho rằng kinh điển Ấn Độ giáo bảo ta phải hoàn toàn từ bỏ vũ lực.

Quan điểm của Ấn Độ giáo không phải nghiêm khắc cố thủ một lý tưởng xa vời trong khi lên án mọi thỏa hiệp với lý tưởng ấy. Người ta không thể tìm thấy sự thiêng liêng cao cả ngoài đời sống thông thường. Người ta phải nghiên cứu những yêu cầu cụ thể của mỗi hoàn cảnh đặc biệt và nguyên tắc thích ứng với hoàn cảnh đó. Một lý tưởng xa vời khác hẳn với một chương trình thực tế. Áp dụng vũ lực một cách không thích đáng là bạo động. Khi những ẩn sĩ trong rừng bị những bộ lạc không phải là người Aryan tấn công, họ chịu đựng mà không trả thù, nhưng họ trông đợi ở những người Sát Đế Lợi (Ksatriyas – giai cấp thống trị) bảo vệ họ tránh những kẻ xâm lược từ bên ngoài. Trong Rg Veda có nói: *"Tôi dương chiếc cung (nỏ) Rudra để bắn vào những kẻ nào sách nhiễu những người Bà la môn. Tôi hiện diện khắp đất trời để chiến đấu bảo vệ cho những người thanh tịnh"*. Trong khi chúng ta phải dùng sức mạnh tinh thần để khắc phục tội ác vật chất, nhưng chúng ta cũng được phép áp dụng sự đề kháng vật chất đối với tội ác. Trong khi đặt nặng vào việc sử dụng sức mạnh của tâm linh để chinh phục kẻ địch, nhưng chúng ta cũng được phép dựa vào vũ lực. Trong khi các nhà khổ hạnh và ẩn sĩ đã lánh xa trần tục, không còn trực tiếp liên hệ đến phúc lợi chung của xã hội, không được phép dùng vũ khí để bảo vệ những cá nhân hay đoàn thể thì những công dân, vì nghĩa vụ đòi hỏi, có thể và cần phải cầm vũ khí để chống lại sự xâm lược. Khi Senapati Singha, một chiến sĩ, hỏi đức Phật xem có nên tham chiến để bảo vệ sinh mạng và tài sản cho dân chúng không thì Phật trả lời: *"Kẻ nào đáng trừng phạt thì phải được trừng phạt. Như Lai không dạy rằng những người tham chiến để bảo vệ chính nghĩa là đáng trách, sau khi đã hết mọi phương tiện duy trì hòa bình."* Kinh Bhagavadgìtà cũng áp dụng một quan điểm tương tự khi cho rằng nếu một người giết một kẻ khác vì quyền lợi riêng thì hành động của họ là tội ác, nhưng nếu họ làm thế vì lợi ích chung thì hành động ấy không đáng trách. Trái với yêu là ghét chứ không phải vũ lực. Có những trường hợp mà tình thương phải dùng đến vũ lực. Tình thương không chỉ là tình cảm. Nó có thể sử dụng vũ lực để ngăn chặn tội ác và bảo vệ lẽ phải. Bất bạo động như một trạng thái tinh thần thì khác với bất để kháng. Nó không có oán hận và căm thù. Có khi tình thương thật sự buộc phải chống lại tội ác. Chúng ta chiến đấu, nhưng tâm hồn phải bình thản. Chúng ta phải diệt trừ tội ác mà đừng trở thành tội ác. Nếu hạnh phúc của loài người là quyền lợi tối cao thì chiến tranh và hòa bình chỉ tốt khi nào chúng phục vụ cho quyền lợi đó. Chúng ta không thể bảo rằng bạo động tự nó là tội ác. Sự bạo động của cảnh sát nhằm mục đích duy trì nền an ninh xã hội. Mục tiêu của nó là ngăn chặn sự rối loạn. Phá hoại không phải là mục đích của tất cả mọi trường hợp tranh đấu. Chiến tranh có thể được chấp nhận khi nào mục tiêu của nó là sự phúc lợi của nhân loại và khi nào nó tôn trọng nhân phẩm của con người. Khi một kẻ tội phạm xâm phạm nhân phẩm của người khác mà chúng ta bảo phải tôn trọng nhân phẩm của y, khi một kẻ cướp tàn sát dân lành mà ta bảo phải đối xử với y như một người lương thiện thì chúng ta đã đồng lõa với tội ác. Chúng ta không thể phán đoán cách sử dụng vũ lực là tốt hay xấu nếu ta chỉ nhìn nó một cách phiến diện. Một cuộc giải phẫu làm cho bệnh nhân đau đớn, nhưng chỉ có thể áp dụng để cứu sống bệnh nhân, chỉ khác có một điều là con dao của nhà giải phẫu hay con dao của kẻ sát nhân mà thôi.

Trong một thế giới nhiều khuyết điểm, nơi mà không phải ai ai cũng là thần thánh thì vũ lực phải được sử dụng để giữ cho thế giới sống còn. Trong những hoàn cảnh hiện tại, vũ lực cần phải được dùng đến để chặn đứng sự hỗn loạn, bảo vệ cho những người cô thế và duy trì trật tự giữa cá nhân với cá nhân và giữa đoàn thể với đoàn thể, miễn là sự sử dụng ấy không phải cố ý phá hoại. Nó phục vụ quyền lợi tối hậu của những người mà nó định phục vụ. Hành động cảnh sát hợp pháp ấy là cần thiết nếu chúng ta muốn tránh tình trạng rối loạn.

Bạo động khác với trừng phạt. Bạo động gây tổn thương cho một người vô tội còn trừng phạt là ngăn chặn tội phạm. Vũ lực không phải là người làm ra luật mà là kẻ phục vụ luật pháp. Chính trực và công bằng là nguyên lý cai trị và vũ lực là để hỗ trợ cho nguyên lý ấy. Trong Mahàbharata miêu tả cái lý tưởng của một thư sinh như sau: *"Trước mặt là bốn kinh*

Vệ-đà, sau lưng là chiếc cung với bầu tên, một mặt tâm linh đạt đến mục đích của nó bằng sức mạnh tinh thần, còn mặt kia là vũ lực quân sự hoàn thành sứ mệnh của nó." Nhưng, trong Ràmàyana thì cho rằng sức mạnh của người lính chiến là đáng khinh, chỉ có sức mạnh của nhà hiền triết mới là sức mạnh chân chính. Nơi nào mà bất bạo động không có công hiệu thì được phép sử dụng bạo lực. Kinh Vệ-đà có nói đến chiến tranh và chiến trường, có chứa đựng những bài kinh cầu nguyện cho sự chiến thắng trên chiến trường và sự bại trận của kẻ địch. Những anh hùng trong Thi Sử không lùi bước trước kẻ thù độc ác. Ta buộc phải hủy diệt sự sống của kẻ khác trong trường hợp phải tự vệ, nhưng đừng bao giờ gây ra chết chóc hay khổ đau nếu chúng không tuyệt đối cần thiết.

Những kinh điển của Ấn Độ giáo coi bất bạo động là nhiệm vụ tối cao, nhưng cũng đưa ra những trường hợp trong đó nguyên tắc bất bạo động không được áp dụng. Chúng ta sống trong một xã hội với những luật pháp, quy tắc và phong tục không phải là lý tưởng, nó có quân đội, cảnh sát và nhà tù, tuy nhiên ta vẫn có thể sống cuộc đời trong sạch và thương yêu tất cả mọi người. Trong khi nêu cao lý tưởng và luôn phấn đấu để đạt đến lý tưởng ấy, người Ấn Độ giáo vẫn thừa nhận phải có luật pháp và quy tắc, bởi không có chúng xã hội sẽ rơi vào tình trạng hỗn loạn và vô trật tự. Trong khi sự toàn thiện là một điều không thể theo đuổi được thì chúng ta phải cố gắn không ngừng để trừ khử sự bất toàn thiện và tiến đến lý tưởng. Lý tưởng bất bạo động phải được nuôi dưỡng trong mỗi chúng ta như một mục đích cao cả, nếu trong những trường hợp bắt buộc phải trừ bỏ lý tưởng ấy thì ta phải chấp nhận với niềm ân hận, hối tiếc. Trong lời dạy của chúa Kitô người ta cũng thấy một quan điểm tương tự.

VII.

QUAN ĐIỂM CỦA GIA TÔ GIÁO

Trong Cựu Ước có hai dòng tư tưởng, một ôn hòa[10] và một, có ưu thế hơn, hiển nhiên là quá khích. Thượng đế trong Cựu Ước tán trợ chiến tranh và giết chóc.

Lời dạy của Jesus không phải là một vấn đề được quyết định bằng cách tham chiếu những lời tuyên bố mâu thuẫn với luật

---

[10] Xem Matthew V. 43-45, Luke IX. 51-56.

lệ chiến tranh và những lời cho phép sử dụng vũ lực, mà nó phải được hiểu theo nhân cách và gương mẫu của Jesus. Từ quan điểm ấy, chúng ta có thể nói rằng Jesus gạt bỏ tất cả mọi sự bạo động, loại trừ chiến tranh như một phương pháp cưỡng bức ý muốn của các dân tộc. Khi Jesus trích dẫn giới điều: *"Ngươi không được giết"* trong Cựu Ước, Jesus cho nó một nghĩa rộng. Ngài nói: *"Kẻ nào giận dữ với anh em kẻ ấy sẽ bị phán xử."* Sự mù quán của những kẻ quá khích là đề tài của một câu ngụ ngôn nổi tiếng trong Tân Ước: *"Khi một kẻ mạnh canh gát lâu đài của y thì của cải của y được an toàn. Nhưng khi một kẻ mạnh hơn y xâm nhập và đánh bại y thì hắn lột hết áo giáp của y mà y đặt trọn tin tưởng vào đó và chia chiến lợi phẩm của y".*[11]

Sự mặc khải (Revelation) của Jesus về thượng đế như người cha của hết thảy đã lu mờ vì những tập quán của các dân tộc theo đạo Thiên Chúa. Bài giảng huấn trên núi như một lời khuyên nhủ tuyệt vọng chỉ được áp dụng, nếu có thể, cho những cá nhân chứ không phải cho những quốc gia. Châm ngôn của Jesus: *"Kẻ nào tát con vào má bên phải, hãy chìa nốt má bê trái".* *"Đừng chống lại tội ác".* *"Kẻ nào dùng gươm sẽ chết vì gươm".* *"Nếu vương quốc của ta là thế giới này thì ta muốn cho kẻ nô bộc của ta chiến đấu, nhưng vương quốc của ta không phải từ đây"* v.v... Tất cả được coi như chỉ liên hệ đến

---

[11] Luke XI. 21-22

cá nhân mà thôi. Jesus không phải là một nhà lập pháp và chủ nghĩa bất để kháng của ngài chỉ dành cho một số "Con chiên" trong một hoàn cảnh thù nghịch. Jesus không dạy cho người ta thủ tiêu hệ thống luật pháp công cộng. Một xã hội có tổ chức không thể không áp dụng vũ lực. Ngay cả các quốc gia theo Thiên Chúa giáo cũng phải đàn áp những kẻ tội phạm và phải tự vệ chống lại những kẻ xâm lăng. Sự chống trả bằng vũ trang không trái với Phúc Âm của Jesus. Jesus đã lên án những thành phố Chorazin, Bethsaida và Capernaum bằng những lời rất mãnh liệt. Ngài ghét cay ghét đắng những người Scribes và Pharisees. Ngài dùng roi đuổi những người đổi tiền ra khỏi đền thờ. *"Và Jesus tiến vào đền thờ thượng đế và đuổi tất cả những người mua bán ra khỏi đền, và lật đổ những cái cái bàn của những người đổi tiền, cái ghế ngồi của những người bán chim bồ câu"*. Cử chỉ này hoàn toàn không phù hợp với tính tình hiền hòa dịu dàng của Jesus và không thể tưởng tượng được trong trường hợp của một Gandhi, thường được dùng để biện minh cho sự sử dụng vũ lực và bạo động. Nói đến tình trạng sáo trộn về chính trị mà ngài trông đợi sau khi chết, Jesus khuyên tín đồ của ngài bán hết quần áo và mua gươm khi cần. *"Ta đến đây không phải để đem lại bình an nhưng là thanh gươm"*. Ngài tuyên bố: *"Kẻ nào đụng đến một trong những đứa nhỏ này thì kẻ ấy sẽ phải mang một cái cối đá vào cổ hay sẽ bị giẩm xuống đáy biển"*. Jesus cực dữ tợn đối với kẻ ác và nghiêm khắc với những kẻ phạm tội mà không biết hối cải. Sự sống của con người đầy dẫy những mâu thuẫn và ta phải chọn lấy đều kém xấu hơn trong hai điều xấu. Trong bất cứ hoàn cảnh cụ thể nào chúng ta cũng phải cân nhắc thiện và ác, và tìm cầu phúc lợi cho con người đến mức tối đa có thể được trong mọi trường hợp. Đôi khi sự lựa chọn là giữa một cuộc giải phẫu quan trọng và cái chết cầm chắc của bệnh nhân. Giáo hội Thiên Chúa giáo khuyên chúng ta áp dụng nguyên tắc bất bạo động một cách trung dung, và không đòi hỏi tín đồ phải tuyệt đối vứt bỏ *"của cải, vợ con hay vũ khí"*.

Giáo hội nguyên thủy đã chống lại chiến tranh. Justin, Martyr, Marcion, Origen, Tertullian, Cyprian, Laetanitus và Eusebius v.v... tất cả đều lên án chiến tranh như là trái với Thiên Chúa giáo. Clément của Alexandria (190-255) phản đối những sự chuẩn bị chiến tranh và ví những người Thiên Chúa nghèo như một *"Đội quân không có vũ khí, không có chiến tranh, không có đổ máu, không thù hận và nhơ nhuốc"*. Tertullian (198-203) nói rằng khi Peter cắt tai của Malchus, Jesus *"nguyền rủa mãi mãi hành vi tàn bạo ấy"*. Hippolytus (203) quan niệm Đế Quốc La Mã như một con vật thứ tư của Apocalypse. Cyprian (257) lên án chiến tranh *"Đã gieo rắc tàn bạo đẫm máu khắp nơi"*. Ngay cả khi bị quyền lực thế tục mạnh nhất đàn áp. Giáo hội nguyên thủy cũng lên án sự dùng bạo lực. Nhưng, từ thời đại Theodosius đại Đế (379-395) Thiên Chúa giáo đã trở thành quốc giáo và đã bại hoại, giáo hội đã chống lại bất bạo động. Kể từ đó, các cuộc tranh đấu của giáo hội và nhà nước đã thường xảy ra và giáo hội không còn thì giờ để quyết định xem bạo động là phải hay quấy. Trong ba thế kỷ đầu tiên, rõ ràng giáo hội Thiên Chúa đã bác bỏ chiến tranh, tuy nhiên, khi Thiên Chúa giáo được thiết lập như một quốc giáo thì chiến tranh đã len lỏi và Thiên Chúa giáo, lúc đầu được dung thứ và sau đó được giáo hội ban phúc. Trong điều khoản 37 ghi rõ rằng *"Theo mệnh lệnh của nhà cầm quyền, người Thiên Chúa giáo được phép mang vũ khí và phục vụ chiến tranh"*. Điều khoản ấy không nói rằng giúp đỡ quốc gia trong một cuộc chiến tranh chính nghĩa là nhiệm vụ đạo đức, nhưng, theo quan điểm của người Thiên Chúa, những ai hành động như vậy là hành động hợp pháp. Người Thiên Chúa giáo chủ trương rằng những kẻ công bằng, đức hạnh *"có quyền sử dụng thanh gươm"* trong trường hợp chính nghĩa và không màng đến tư lợi. Thánh Thomas Aquinas khuyên hàng giáo sỹ phải cổ vũ quân lính, vì *"Nhiệm vụ của các nhà mục sư là khuyến khích những người khác tham gia các cuộc chiến tranh chính nghĩa"*. Nếu ngày nay các Giáo Hoàng và Tổng Giám mục bảo nhiệm vụ của người Thiên Chúa giáo là phải giết thì đó chỉ là sự biểu hiện cái tinh thần đã xâm nhập thế giới Thiên Chúa giáo cách đây hàng thế kỷ. R. H. Heygrodt nói năm 1915: *"Nếu Jesus của Nazareth, người giảng dạy thương yêu kẻ thù, lại xuất hiện giữa chúng ta bằng xương bằng thịt - có lẽ không nơi nào ngài sẽ hiện thân hơn là ở nước Đức - thì theo các bạn, ngài sẽ hiện thân ở đâu? Các bạn có nghĩ rằng ngài sẽ đứng trên tòa giảng và nói một cách bực tức: 'Những người Đức tội lỗi kia, hãy thương yêu kẻ thù của các ngươi?' chắc chắn là không. Trái lại, ta sẽ thấy ngài ngay trên trận tuyến, đứng hàng đầu những người mang gươm đang chiến đấu với niềm thù hận ngút trời. Đó là nơi mà ngài sẽ hiện thân, và ngài sẽ ban phúc cho những bàn tay vấy máu và những vũ khí giết người, có lẽ chính ngài sẽ cầm thanh gươm phán xét và đuổi những kẻ thù của người Đức ra khỏi biên thùy của nước Chúa, như ngài đã đuổi những lái buôn Do Thái và những người cho vay nợ lãi ra khỏi đền thờ.”*[12]

Sự điều hòa giữa “Đừng chống lại tội ác” và “chống lại tội ác bằng vũ lực”, giữa “chìa má bên trái'” với “tát trả lại” là điều hòa giữa ánh sáng và bóng tối, giữa thiện và ác. Chỉ có sự hòa giải ấy là được quan niệm như một nhượng bộ đối với nhược điểm của bản tính con người. Trong thời đại Cải Cách đã có một sự chống đối chiến tranh cao cả. Erasmus viết: *“Đừng nói gì đến một người Thiên Chúa, đối với một người thường thôi, không có gì nhơ nhớp, ti tiện và tàn bạo hơn chiến tranh. Nó xấu xa ác độc hơn thú vật, đối với loài người, không có dã thú nào nguy hiểm hơn chính đồng loại của mình. Khi thú vật đánh nhau thì chúng đánh nhau bằng những vũ khí mà thiên nhiên đã ban cho chúng, còn chúng ta thì tự võ trang để tàn sát*

---

[12] Thus Spake Germany, Coole and Potter, P. 8.

lẫn nhau bằng những vũ khí mà thiên nhiên chưa bao giờ tưởng tượng đến. Thú vật cũng không thù nghịch vì những nguyên nhân nhỏ nhặt, chúng chỉ mất trí khi cơn đói hành hạ, hay khi chúng tự thấy bị tấn công, hoặc là khi con cái chúng bị đe dọa. Còn chúng ta, vì những nguyên cớ không đâu, đã gây bao sân khấu thảm hại trên sân khấu chiến tranh?" "Hãy thương yêu kẻ thù" đòi hỏi một thái độ đúng đắn đối với người đồng loại của mình. Điều cần thiết không phải chỉ là bất để kháng, từ bỏ hận thù và ý niệm phản động, nhưng là một tinh thần yêu thương. Chúng ta không thể cứu thế giới bằng một tội ác như chiến tranh trừ phi chúng ta sẵn sàng chịu đựng những khổ đau bao hàm trong đó. Chúng ta phải tránh xa những tham vọng man rợ và giết người của thế giới vây quanh chúng ta, hy vọng một ngày nào đó sẽ có cơ hội phát triển một nguyên lý tốt đẹp hơn. Chúng ta phải thắp lên một ngọn nến của tình thương yêu trong một thế giới điên rồ và thù hận.

Người ta bảo tội ác chỉ có thể ngăn chặn bằng vũ lực, rằng trong một thế giới tranh giành và bạo động, công lý sẽ tiêu diệt nếu không được bảo vệ. Nhưng chúng ta có nên nghĩ đến những hậu quả của sự kết hợp với tinh thần thương yêu không? Trời sẽ thấy sự chiến thắng của lẽ thiện chống lại điều ác. Bổn phận của chúng ta là áp dụng luật thương yêu trong tất cả mọi trường hợp và khắp nơi khắp chốn, đừng bao giờ ham mê uy quyền, công danh và lợi lộc là những thứ xuất phát từ sự sợ hãi và tính ích kỷ. Chúng ta không thể tin tưởng ở một đấng cha chung mà lại tán đồng một chính sách giết người hàng loạt một cách cực tàn nhẫn. Những tín đồ của Chúa buộc phải từ bỏ chiến tranh vì nó phản lại với tinh thần sáng suốt và tình thương yêu. Dù các ngài có che đậy và ngụy trang cách nào đi nữa thì chiến tranh cũng vẫn là sự cố gắng của một nhóm người cưỡng bức một nhóm khác bằng cách gieo rắc chết chóc và hủy diệt. Nguồn gốc của chiến tranh nằm trong lòng con người, trong sự hãnh diện và sợ sệt, trong ganh tỵ và tham lam, nhất là khi những tính xấu ấy lại khoác bộ áo dân tộc.

Chúng ta có thể tham dự vào các cuộc chiến tranh "chính nghĩa", "tự vệ" và "thánh chiến" không? Câu trả lời của Jesus cho vấn đề này rất rõ ràng và quyết liệt. Không thể có một chính nghĩa nào thiêng liêng hơn cái chính nghĩa của các tín đồ chiến đấu với kẻ thù của đấng Cứu Thế để bảo vệ cho ngài. Họ muốn chiến đấu không những chỉ cho vương quốc trên trái đất mà còn cho cả nước Chúa mà trước mặt ngài chủ nghĩa ái quốc cao quí nhất cũng phải tan biến. Nhưng không thể cứu thế giới bằng vũ khí mà chỉ có thể bằng đức nhẫn nhục chịu khổ và tình thương yêu đầy hy sinh của Thập Tự Giá mà thôi. Đừng báo thù, đừng trả oán, dù là quốc gia hay cá nhân, chúng ta đừng nghĩ rằng nguyên tắc của tình thương chỉ giới hạn trong những liên hệ giữa cá nhân chứ không thể áp dụng cho những mối bang giao quốc gia hay quốc tế.

Lương tâm công giáo đang tiến bộ, và vì thế, cách đây 15 năm, các tổng Giám mục và Giám mục đã tuyên bố trong cuộc hội nghị tại Lambeth rằng chiến tranh *"trái với tinh thần chúa Kitô"*. Chúng ta đã bắt đầu cảm nhận rằng nếu chúng ta được coi là văn minh thì chúng ta phải cố gắng tận diệt mọi cuộc chiến tranh. Lương tri nhân loại đang tiến bộ với sự tiến bộ ý thức của chúng ta về điều phải và điều quấy.

VIII.

ẢO TƯỞNG CHIẾN TRANH

Thế giới này đã chịu nhiều nỗi đau đớn ê chề vì những việc làm mà ta tin là phải hơn là vì những việc làm mà ta biết là quấy. Những nỗi đau khổ do những kẻ cướp và tội phạm gây ra cho loài người ít hơn là do việc làm quấy của những người lương thiện. Các cuộc Thánh chiến được Giáo hội ban phúc. Các cuộc tra tấn để tìm sự thật không những chỉ dùng cho tội phạm mà cho cả nhân chứng. Các cuộc chiến tranh cũng được những người dân lương thiện coi như những định chế tự nhiên và vô hại trong đời sống văn minh. Những kẻ xấu xa không phải là mối nguy thật sự, nhưng chính những công dân hiền lành, ngoan ngoãn, cần cù và tôn trọng luật pháp đã trở nên điên rồ vì những lý tưởng quốc gia, bởi lẽ quan niệm của họ về điều phải và quấy đã bị hướng dẫn sai lầm một cách cố ý và có hệ thống. Một sự lạm dụng càng ăn sau vào chế độ xã hội bao nhiêu, thì càng khó mà thức tỉnh lương tri con người chống lại nó bấy nhiêu. Chúng ta phải vững vàng để tiến tới một thế giới không còn chiến tranh. Bản tính nhân loại vốn có những khả năng tính tương lai của nó vẫn chưa được phát hiện. Theo một ý nghĩa nào đó, mặc dầu thiên đường của Chúa sẽ không bao giờ được thể hiện trên trái đất này, tuy nhiên, theo một ý nghĩa khác, nó luôn luôn đang được thể hiện. Chưa bao giờ thế giới hoàn toàn đen tối mặc dù nó chưa đạt đến điểm mà nó phải đi tới. Những tội ác hiện hữu trong bản tính và các cơ cấu của con người đã thiêu đốt thế giới ngày nay cũng sẽ là điểm báo trước một sự tiến bộ xa hơn nữa. Chúng ta phải phát triển ý chí hòa bình và tạo nên những điều kiện mà trong đó chiến tranh chỉ là ảo tưởng, không còn sức hấp dẫn được ai. Bản tính con người vốn bảo thủ và trì trệ. Chỉ có nhu cầu bén nhọn nhất mới thúc đẩy được nó hành động. Nó chỉ biến đổi trong trường hợp sự cần thiết thôi thúc ở cả nội tâm lẫn ngoại cảnh, nhưng thật sự nó có biến đổi. Nếu không thì con người sẽ chỉ là một vật bất động. Không có cái gì quá co giãn như tâm tính con người. Loài người thì đang trưởng thành chứ chưa phải đã hoàn toàn.

Những quốc gia văn minh đang bắt đầu thừa nhận chiến tranh là phương pháp lỗi thời để giải quyết mọi xung đột. Sự tàn phá do chiến tranh hiện đại gây nên quá lớn so với những mục đích đến nỗi các lý lẽ và luận cứ mà trước kia người ta dùng để biện minh cho chiến tranh thì ngày nay không thể đứng vững được nữa. Người ta bảo thói quen giết chóc và gây khổ đau là một yếu tố tự nhiên trong con người. Spengler viết: *"Người là con thú dữ. Tất cả các nhà mô phạm và đạo đức trong xã hội muốn chối bỏ hình thù ấy cũng chỉ là con thú dữ già nua ghét những con khác vì cuộc tấn công mà họ cố tránh"*. Gần đây, trong một cuốn sách nhan đề Chủ nghĩa quốc gia, tác giả viết: *"Sự xung đột không phải là chủ nghĩa quốc gia hay chủ nghĩa dân tộc mà là trong bản tính con người. Niềm hy vọng sẽ có một thời kỳ mà trong đó người ta không tự tổ chức nhau lại thành nhóm cho mục đích tranh đấu với những nhóm khác, có vẻ chỉ là không tưởng"*[13]. Loài người không phải là thú dữ thường ăn tươi nuốt sống những con vật yếu kém hơn, cũng không giống như những con vật nguy hiểm. Vả lại, hành động của con người phần nhiều là hậu thiên chứ không phải là bản năng. Chính điều này làm cho con người khác với muôn vật. Hành động của con người có thể thích ứng nới hoàn cảnh. Tính hiếu chiến không phải là một thái độ của bản năng nhưng là một tập quán hậu thiên. Xã hội ngày nay

---

[13] P. 335

muốn rằng chúng ta phải chịu khổ hay chết ngoài chiến trường, cũng như các thời kỳ khác nó đã đòi hỏi người ta phải tự thiêu hay chết dưới xe Jagannath. Chế độ xã hội uốn nắn tâm hồn chúng ta. Người ta sợ xã hội hơn cả sợ đạn đại bác. Muốn đừng sợ, chúng ta phải vượt ra ngoài ước lệ xã hội. Chúng ta cần thay đổi bầu không khí tâm lý.

Trước khi hạ một con thú, người thợ săn viện ra một nhiệm vụ xã hội là cung cấp thực phẩm. Ngày nay người ta không cần đến người thợ săn cho mục đích ấy nữa, thế nhưng sự săn bắn vẫn thịnh hành vì săn bắn để giải trí đã thay thế cho săn bắn để sinh sống. Cũng thế, khi chúng ta bị những kẻ dã man bao vây và tấn công thì người chiến sĩ là nguồn hi vọng, nhưng ngày nay chiến tranh còn cần thiết nữa không? Loài người là loài vật duy nhất giết nhau vì những lý do không tưởng, vì quyền sở hữu đất đai, vì tranh nhau một cô gái, vì hư danh, vì đường biên giới ở chỗ này chứ không phải ở chỗ kia v.v... Khi một định chế không còn cần thiết nữa, chúng ta lại tưởng tượng ra một lý lẽ khác để thỏa mãn thị hiếu do thói quen lâu ngày tạo nên. Chiến tranh đã là trò chơi của các vua chúa và là thể thao của giai cấp thượng lưu mà trong đó phần thưởng là danh vọng và lợi lộc[14]. Chiến tranh tự nó đã trở

---

[14] Trong cuốn: *"The rise of European Civilization"* Charles Seignobos nói: *"Các nhà quý tộc (ở thời Trung Cổ) không coi chiến tranh là một tai họa nhưng là một trò giải trí, không, hơn thế nữa, một cơ hội trở nên giàu có bằng cách cướp đoạt đất đai của kẻ địch, hay bắt cầm tù để đòi thục mạng. Để thay cho chiến*

thành cứu cánh, một trò chơi thích thú, một cuộc đầu tư của các nhà tài phiệt. Những kẻ tham chiến không phải là những người xấu tự tin rằng họ đang là quấy mà là những người lương thiện nghĩ rằng mình đang làm một công việc phải. Chừng nào mà quyền lực và thành công còn được tôn sùng thì truyền thống quân sự, với hình thức kỹ thuật tàn bạo hiện đại, sẽ còn được ưa chuộng. Chúng ta phải thay đổi những giá trị của chúng ta, phải nhận chân rằng bạo lực là một sự bất hạnh phá vỡ xã hội và tìm ra những phương pháp khác để thiết lập các mối bang giao khả quan hơn, Bernard Shaw nhận định rằng trong một xã hội thật sự văn minh sẽ không còn chỗ cho bạo động, bởi vì không một người nào có thể dùng bạo động đối với một người khác. Sự mỉa mai chua chát của chiến tranh là ở chỗ chúng ta tham chiến không phải vì chúng ta là độc ác mà là chúng ta muốn tỏ ra mình tử tế, rộng lượng. Chúng ta tham chiến để cứu vãn nền dân chủ, để đem lại tự do cho thế giới, để bảo vệ đàn bà, trẻ con và gia đình chúng ta. Ít nhất chúng ta tin như thế.

Cũng như chủ nghĩa ăn thịt người, treo cổ tội nhân, đốt sống nữ phù thủy và các cuộc đấu kiếm coi như phản xã hội thì chiến tranh cũng phải được coi là một tội ác khủng khiếp.

---

tranh, đôi khi một cuộc đua tranh giữa các nhà quý tộc trong cùng một xứ được sắp đặt trước. Đây là hình thức chính của cuộc đấu võ trong đó cả hai bên chiến đấu với những vũ khí giết người, họ cầm tù người thua trận để đòi tiền chuộc mạng".

Chúng ta phải thừa nhận rằng những tiêu chuẩn luân lý cũng phải được áp dụng cho các quốc gia, và những hành động của một cá nhân được xem như tội ác và vô luân, phản xã hội thì không có lý do gì những hành động ấy lại trở nên chính đáng và hợp lý khi chúng được thực hiện bởi nhà nước. Chiến tranh, dù cần thiết đến mấy đi nữa, vẫn là một tội ác, tội sát nhân, trộm cướp do đa số tham dự.

Người ta biện luận rằng có những đức tính quân sự như can đảm, hỷ xả, trung thành với nghĩa vụ và sẵn sàng hi sinh. Người lính được xưng tụng là vĩ đại vì tự nguyện phục tùng bộ máy chiến tranh. Mà sở dĩ được như thế là vì chiến tranh được diễn tả bằng những lời lẽ rất kiêu, rất hùng tráng và rất hấp dẫn một cách tưởng tượng. Chiến tranh được xem như một yếu tố cần thiết cho sự tiến bộ và văn minh là nguồn đạo đức và hạnh phúc[15]. Vào buổi đầu, chiến tranh tương đối còn là một sự kiện nhỏ, nó chỉ là một cuộc chiến đấu đơn lẻ như các cuộc đấu quyền thuật. Ở thời Trung cổ người ta theo đuổi

---

[15] Cp. Treitschke: *"Chỉ một số ít người ảo tưởng khiếp nhược mới nhắm mắt trước sự huy hoàng của Cựu Ước đã ca ngợi vẻ đẹp của một cuộc Thánh Chiến, chính nghĩa v.v... một dân tộc cứ mơ ước hảo huyền một nền hòa bình vĩnh cửu sẽ tự cô lập hóa và suy đồi đến phải tiêu diệt v.v... Nếu bảo rằng chiến tranh vĩnh cửu phải được loại trừ khỏi thế gian thì đó chỉ là niềm hi vọng không những vô lý mà còn phi đạo đức. Nếu không có chiến tranh, những năng lực cao cả của linh hồn con người sẽ bị tiêu hao và cả thế giới sẽ là một ngôi để thờ chủ nghĩa vị kỷ".* Thus Spake Germany, Coole and Potter (1941), pp. 59-60.

nghề nghiệp quân sự và tự bán mình cho các quốc gia kình địch như những lính đánh thuê tham dự các cuộc chiến không có liên can gì đến họ. Họ phạm tội giết người vì các quốc gia mà họ không mang ân nghĩa gì cả. Nhưng các cuộc chiến tranh hiện đại với những vũ khí man rợ giết người hàng loạt, đa số là dân thường, là một tai họa khủng khiếp giáng xuống đầu một dân tộc. Đàn bà và trẻ con ở trong trận tuyến. Tài phát minh của con người đã tiến từ đá vụn đến thép, từ thép đến thuốc súng, từ thuốc súng đến hơi độc và vi trùng (khí giới). Chiến tranh trong thế giới máy móc hiện đại là sự đe dọa khủng khiếp cho nền văn minh. Bằng bạo lực vật chất và không ngừng tuyên truyền gây hận thù đối với kẻ địch, chiến tranh đã làm cho tình cảm con người trở nên chai đá. St. Augustine hỏi: *"Người ta lên án chiến tranh vì lẽ gì? Có phải nó giết nhiều người mà một ngày kia đều phải chết? Những người yếu bóng vía – chứ không phải những nhà tôn giáo – có thể trách cứ chiến tranh vì lẽ đó. Điều mà người ta lên án chiến tranh là ý muốn hãm hại, lòng thù hận, và ham muốn chiếm đoạt".* Trong tác phẩm vĩ đại Chiến Tranh Và Hòa Bình, Tolstoi viết: *"Mục đích của chiến tranh là giết người, dụng cụ của nó là mật thám, là phá hoại dân lành, cướp đoạt của họ để tiếp tế cho quân đội, lừa bịp, dối trá mà người ta kêu là kế sách nhà binh, những thói quen của nghề lính là thiếu tự do, tức là, kỷ luật, lười biếng, dốt nát, bạo ác, tàn nhẫn, say sưa".* Frederick đại đế viết cho đại thần Podewills:

"Nên là những người thật thà, nhưng nếu cần phải dối trá thì chúng ta sẽ dối trá"[16]. Không một ai thấy rõ sự sụp đổ toàn diện các tiêu chuẩn, những nỗi đau khổ và khủng khiếp của chiến tranh, những tra tấn cực hình của con người mà lại còn phóng đại chủ nghĩa anh hùng và thắng lợi của chiến tranh. Chiến tranh đã đưa hàng triệu người xuống hố thẳm của chết chóc, hàng triệu gia đình tan hoang. Tất cả tội lỗi đều tập trung trong chiến tranh. Quận công Wellington nói: *"Hãy tin tôi đi, nếu bạn chỉ thấy chiến tranh trong một ngày thôi thì bạn sẽ cầu nguyện đấng tối cao đừng bao giờ cho bạn thấy chiến tranh trong một giờ"*. Lão tử nói: *"Một cuộc chiến thắng phải được cử hành theo nghi thức tang lễ"*[17].

Người ta cho chiến tranh là một tội ác không thể tránh khỏi, là một tai họa, một ngọn roi trừng phạt của Thượng Đế, một hiện tượng thiên nhiên cũng như động đất, bão lụt và giông tố, hoàn toàn vô nhân cách (imperspnal). Sự xuất hiện của những kẻ dã man cũng giống như cuộc tấn công của đàn châu chấu hay một đám vi trùng dịch tả, chúng ta phải đẩy lùi cuộc tấn công ấy bằng bạo lực. Chiến tranh không phải là hành động của Thượng Đế hay những luật tắc thiên nhiên, mà là

---

[16] X. 25. cp. Frederik the Great: *"Phương pháp chắc chắn nhất để che giữ một bí mật của người cần quyền là bên ngoài phải tỏ ra hòa bình, chờ khi nào thuận tiện sẽ thực hiện ý đồ bí mật của mình"*.

[17] Đạo đức kinh XXXI.

do con người gây ra. Chiến tranh chỉ khó tránh khỏi chừng nào mà chúng ta còn coi quyền chính trị là tự nhiên. Nếu những giá trị công bằng và khoan dung phải phụ thuộc vào mục đích quyền lực thì người ta không thể thay thế được "luật rừng rú". Nếu thực tế chính trị có nghĩa là thừa nhận chiến tranh như hiện tượng thiên nhiên thì chúng ta phải vứt bỏ sự tự do của con người. Hòa bình trên trái đất là một niềm tin, một hành động ý chí chống lại quyết định luận.

Có người bảo ta phải dùng lửa để dập tắt lửa khi nhà cháy, nhưng người khác lại chủ trương dùng nước để diệt đám cháy. *"Một khẩu súng chỉ có thể tắt họng bởi một khẩu súng khác"*. Nếu chúng ta tin tưởng ở bạo lực thì chúng ta không thể trách khứ Đức Quốc Xã đã dùng bạo lực một cách chính xác, khoa học và tàn bạo để đập tan ý chí của con người. Nhưng chúng ta có thể đánh bại chủ nghĩa phát xít bằng bạo lực và uy hiếp mà chính nó đã áp dụng? Chúng ta lý luận rằng chủ nghĩa văn minh ngày nay đang bị một chủ nghĩa dã man mới đe dọa và còn khủng khiếp hơn ở quá khứ vì nó được trang bị bằng khoa học và kỹ thuật tiến bộ hơn. Đặc trưng chính của chủ nghĩa mới này là cơ giới hóa xã hội, coi nghệ thuật, văn hóa, khoa học và triết học chỉ là dụng cụ để tranh thủ quyền lực. Chẳng có gì là thiêng liêng cả: đàn ông, đàn bà, trẻ con, gia đình và tôn giáo. Nhà nước được tổ chức như một cộng đồng khổng lồ và thi hành toàn bộ chế độ quân phiệt. Đức Quốc Xã, nơi mà chủ nghĩa quân phiệt là hoạt động chính của nhà nước, là lí luận cực đoan của giáo điều bạo lực. Câu nói cổ điển của Lord Baldwin là: *"Nếu sự phòng vệ duy nhất còn lại mà bị xâm phạm thì điều đó có nghĩa là chúng ta phải giết đàn bà và trẻ con nhanh hơn kẻ thù nếu chúng ta muốn tự cứu lấy mình. Nếu kẻ thù dùng hơi độc thì chúng ta cũng phải dùng hơi độc. Nếu chúng trưng binh thì chúng ta cũng phải trưng binh, vì muốn đánh bại kẻ thù chúng ta phải làm hệt như kẻ thù. Các quốc gia đồng minh phải là những bộ máy chiến tranh toàn diện. Chúng ta quả quyết những nguyên tắc dân chủ, tự do và khoan dung phải tạm thời nhượng bộ. Chúng ta phải dựng lên một chế độ hệt như kẻ địch mà ta tỏ ra khinh bỉ. Chúng ta phải chiến đấu với tội ác bằng tội ác, cho đến khi chúng trở thành chính cái tội ác mà chúng ta đang chiến đấu. Không chinh phục được kẻ thù, chúng ta để cho họ tạo nên chúng ta theo hình ảnh của chính họ"*[18]. Thông điệp của Staline gởi cho dân Nga cho thấy nguy cơ này: *"Không thể đánh bại được kẻ địch nếu chúng ta không căm ghét chúng đến tận xương tủy của chúng ta."* Chúng ta có những hoài bảo khác với kẻ thù nhưng lại áp dụng những phương pháp tương

---

[18] Sir Edward Grigg: *"Nếu tôi phải cầm vũ khí để chứng tỏ rằng sử dụng vũ khí là một tội trạng chống lại nhân loại, thì tôi tin rằng tôi cũng không hơn gì người hàng xóm của tôi sử dụng vũ khí chỉ để chứng tỏ rằng anh ta có thể sử dụng nó khá hơn tôi và vì thế có quyền cai trị tôi. Mục đích của hắn và của tôi, phương pháp của hắn và của tôi trở nên giống nhau y hệt: Tôi phải cai trị hắn bằng vũ lực nếu không thì hắn cai trị tôi".* – The Faith of an Englishman.

đẳng. Chúng ta tin rằng chúng ta có thể dùng sự căm ghét để phát triển tình thương, và cưỡng bách toàn diện để tăng thêm tự do. Đó là sự cạnh tranh nhau của tàn nhẫn và bất công, nhưng, chung cục, tất cả những điều đó sẽ làm cho tâm hồn trở nên bệnh hoạn và không có cách nào chữa được. Thomas Aquinas nói: *"Dù là mục đích tốt đẹp ta cũng phải theo những đường lối chân chính, chứ không phải đường lối xấu xa"*.

Nếu chúng ta khích động tinh thần căm phẫn hận thù để chiến thắng thì đến khi kiến tạo hòa bình thì chúng ta cũng không thể gạt bỏ tinh thần ấy ra một bên. Người ta lí luận rằng vì để đánh bại kẻ thù chúng ta hãy tạm quên lí tưởng của chúng ta và khi trật tự được vãn hồi chúng ta sẽ khôi phục lí tưởng ấy: đó là một lỗi lầm thảm hại. Nếu ta áp dụng những biện pháp của kẻ địch để đánh bại họ và, để chiến thắng trên trận địa. Nếu ta phản bội lí tưởng của ta thì truyền thống văn minh cũng bị phản bội. Chiến tranh làm bùng cháy những dục vọng của chúng ta, hâm nóng sự mường tượng khiến ta trở nên cuồng nhiệt, và trong trạng thái chiến tranh không một sự dàn xếp hợp lí nào có thể đạt được. Trận chiến thứ nhất mặc dầu thắng trên chiến trường nhưng đã thua trong lâu dài Versailles. Trong các cuộc nghị hòa, trước điều ước Versailles. Lloid George gởi cho Clemanceau một bức giác thư, sau được in vào cuốn sách của ông ta nhan đề là *"Sự thật về điều ước hòa bình"* trong đó ông ta đã viết như sau: *"Các ngài có thể chiếm đoạt hết các thuộc địa của nước Đức, giảm* quân đội của nó xuống chỉ còn một lực lượng cảnh sát, hay hải quân của nó xuống hàng một cường quốc thứ năm, tất cả không có gì thay đổi, cuối cùng nước Đức cảm thấy đã bị đối xử một cách bất công trong hòa bình 1919 nó sẽ tìm cách lấy lại những cái mà những kẻ chiến thắng đã cưỡng đoạt của nó. Cái ấn tượng giết chóc trong 40 năm trời đã in sâu vào lòng người và sẽ không phai mờ với những năm được đánh dấu bởi trận đại chiến kinh hồn. Vậy thì sự duy trì hòa bình sẽ dựa trên căn bản không có những nguyên nhân khích nộ luôn luôn khuấy động tinh thần yêu nước, yêu công lí và tinh thần võ hiệp. Nhưng người ta sẽ không bao giờ quên và tha thứ sự bất công và kêu căng biểu hiện trong giờ phút chiến thắng"[19]. Điều ước Versailles không có một tí trách nhiệm nào đối với những biến sự xảy ra sau đó. Trong những sách lược ngoại giao tiếp theo, sự chán nản và thất vọng của một vài quốc gia, sự nghi kị và sợ hãi những người khác đã tạo nên một tình hình căng thẳng và cuối cùng, các nhà lãnh đạo quốc gia đã mất bình tỉnh xô đẩy thế giới đến vực thẳm chiến tranh. Chúng ta có thể thắng cuộc chiến này nhưng chúng ta sẽ có đạt được hòa bình không?

Lại nữa nếu một cuộc tranh chấp được giải quyết bằng vũ lực thì nó được giải quyết đúng cách không? Hễ bên nào có nhân lực, tài lực và súng đạn nhiều nhất sẽ thắng. Điều đó

---

[19] (1938), P. 405.

không có nghĩa là họ có chính nghĩa mà chỉ có nghĩa là quân lực của họ hùng mạnh hơn. Chiến tranh không giải quyết được bất cứ vấn đề gì trừ có một điều là bên nào mạnh hơn. Những kẻ muốn trở thành bá chủ thế giới có trong tay một nền văn minh máy móc và kỹ thuật mới, và dùng nó cho những mục đích gian ác, lại ngụy trang như những kẻ nhiệt thành tận tụy và yêu chuộng tự do.

Nếu chiến tranh là một đặc điểm thường xuyên trong đời sống quốc tế, nếu chúng ta luôn luôn sống trong trạng thái chuẩn bị và khủng hoảng, thì văn minh sẽ là một sự hắc ám thường xuyên. Những nỗ lực chiến tranh không phải là một giải pháp cho các nhu cầu của con người. Trái lại, nó chỉ mang cho nhân loại những khổ đau và thảm họa không thể tả xiết.

Người ta tự hỏi phải lựa chọn đường nào đây? Một sự nô lệ nhục nhã trong đó chỉ có cuộc đời tối tăm, hoang lạnh và tàn bạo, một cuộc đời mà cái gì là lý tưởng, là tinh hoa đều bị cướp mất và không thể nào có sự tiến bộ tinh thần? Chiến tranh, mặc dầu khủng khiếp, là một cái kém ác hơn trong hai tội ác. Nó là một cách duy nhất mà nhờ đó chúng ta có thể bảo tồn được niềm tin ở các giá trị tinh thần trong con người. Người Hi Lạp đã có lí khi họ đứng lên chống lại Xerxes chứ không chịu làm nô lệ. Người Mĩ đã làm đúng khi họ chọn chiến tranh hơn là làm tôi mọi cho George đệ tam. Các nhà cách mạng Pháp đã làm một việc phải bằng cách đổ máu để đoạt lấy sự tự do tinh thần. Cũng thế, chúng ta có lí để lên án chủ nghĩa Đức Quốc Xã, có các cuộc chiến tranh chính nghĩa.

Những cuộc chiến tranh nào cũng được cả hai bên tham chiến coi là chính nghĩa. Vậy chính nghĩa ở đâu? Nếu chính nghĩa tràn lan tất cả thì những sự phân phối bất công về tài sản, cơ hội, nguyên liệu, đất đai, kinh tế và ảnh hưởng chính trị đều là đúng cả. Nếu chính nghĩa bao hàm trong sự tương xứng giữa tính chất quan trọng của một quốc gia và tài sản của quốc gia ấy, thì sự quan trọng ấy được chứng minh như thế nào? Có phải đó là dân số, sức mạnh, văn hóa và kinh nghiệm cai trị? Có một hệ thống pháp luật nào làm mục tiêu đấu tranh không? Chúng ta có chủ trương rằng không một quốc gia nào đưa thế giới đến vực thẳm chiến tranh chừng nào mà các cuộc điều đình, nghị hòa và trọng tài còn có hiệu lực? Chiến tranh chính nghĩa là chiến tranh giải phóng và tự vệ. Mục đích của các cuộc chiến tranh ấy là bảo vệ dân chúng để chống lại sự xâm lược ở bên ngoài mưu toan đặt ách thống trị lên đầu lên cổ họ. Còn chiến tranh phi nghĩa là chiến tranh xâm lược, nó nhằm mục đích cướp đoạt và nô lệ hóa các quốc gia khác. Những sự phân biệt này có thật rõ ràng không? Vấn đề hết sức phức tạp và những nguồn tin tức của ta thường bị các chính phủ đầu độc nên rất khó cho ta quyết định đâu là chiến tranh chính nghĩa. Rất khó mà phân biệt thật rõ ràng phải và trái, mỗi bên đều tự cho mình là phải. Cuối cùng người ta đã phân biệt là nhiều chính nghĩa hơn và ít chính nghĩa hơn. Sự sai khác giữa kẻ xâm lăng và người tự vệ không được thực tế. Chúng ta không cần nghĩ rằng kẻ thù của chúng ta là những con quỉ nuốt sống con cái của chúng. Những kẻ tự vệ những cái mà trước kia họ cũng đã đạt được bằng sự xâm lăng. Họ đang bảo vệ cái nguyên trạng (Status quo) chứ không phải một xã hội mới công bằng. Quyền sở hữu sẽ vô nghĩa nếu không phải là một xã hội có pháp luật, và cái thế giới hỗn loạn không tôn trọng luật pháp. Chúng ta tin rằng nếu đè bẹp được người Đức và người Nhật thì tất cả sẽ đâu vào đấy. Không nên lạc quan và tự mãn như thế. Cuộc chiến tranh vừa rồi kết liễu, người Đức đã suy yếu và bị nhục, nước Đức bị buộc là thủ phạm đã gây ra thế chiến. Hải quân Đức bị dìm xuống đáy biển và lục quân thì giảm xuống chỉ còn là một lực lượng cảnh sát gồm 100.000 người. Nước Đức bị giải giới bằng lời hứa hẹn sẽ giải giới toàn diện mặc dầu không một cường quốc nào ở Âu Châu có ý định giải giới. Những sự bồi thường chiến tranh bất công được quy định không những biến cái thế hệ có dính líu đến cuộc chiến thành những tên nô lệ mà cả con cái, cháu chắt của họ nữa. Nói theo ngôn ngữ của Sir Eric Geddes là: *"Chúng ta vắt nước Đức cho đến khi những con gà con phải kêu lên"*. Nước Đức được bao bọc bởi một số tiểu bang. Saar trở nên một tiểu bang độc lập dưới sự hỗ trợ của Hội Quốc Liên, Rhineland bị chiếm đóng và Ruhr thì bị xâm lược. Tất cả những việc ấy đều được thực hiện theo nguyên lý sức mạnh là lẽ phải. Bất cứ một dân tộc kiêu hãnh nào mà bị đối xử như vậy thì cũng nhào xuống hố sâu tuyệt vọng và đón nhận động lực hủy diệt của Hitler và Đức Quốc Xã vốn chủ trương *"dù là cái gì đi nữa cũng còn tốt đẹp hơn tình trạng hiện tại"*. Hãy lấy trường hợp nước Nhật, nơi mà một dặm vuông có tới 465 người, trong khi Hoa Kỳ có 41. Hàng năm dân số Nhật gia tăng khoảng một triệu, mức sống hạ thấp dần và cuối cùng, Nhật chắc chắn phải đối diện với một thời kỳ chết đói. Viễn tượng ấy làm Nhật sợ, Nhật phải có nguyên liệu nếu không thì chết. Nhật thấy Nga tràn xuống Trung Hoa ở phía Bắc và phía Tây, Pháp có một Đế Quốc ở phía Nam Trung Hoa và Anh có một ảnh hưởng lớn tại khu vực sông Dương Tử. Người Nhật không phải con quỉ dã man, nhưng là một dân tộc bình thường sợ rằng nếu họ không làm điều họ đang phải làm thì sẽ chết. Chúng ta căm ghét người Đức đã bức hại người Do Thái, nhưng Hoa Kỳ lại không làm như thế đối với người Nhật. Đạo luật Lệ Ngoại còn đó, làm hàng triệu người bất mãn. Đức Quốc xã đang thi hành một chương trình kỳ thị chủng tộc mà kỹ thuật thực hiện chủ yếu mượn của một vài nước đồng minh. Ông Lloyd George yêu cầu chúng ta đừng phán đoán tác giả của điều ước Versailles bằng sự *"Lạm dụng liền sau đó những điều khoản và quyền lực do một vài quốc gia đã thảo ra những điều luật ấy. Người ta không thể quyết định giá trị của một đạo luật bằng sự giải thích man trá những mệnh đề của nó bởi những kẻ tạm thời ở vào địa vị có quyền lạm dụng luật pháp và có quyền trốn tránh nghĩa vụ danh dự. Người ta không nên trách cứ những Điều Ước. Lỗi là tại những kẻ đã tạm quên những lời ước hẹn trang trọng của chính họ bằng cách lợi dụng một cách không danh dự cái ưu thế tạm thời của mình để đối xử bất công với những người tạm thời cô thế"*[20]. Khi người Đức chịu đình chiến trên căn bản Mười Bốn Điểm của Wilson thì họ được những kẻ chiến thắng đối xử theo cách mà ông Lloyd George đã thuật lại như thế này: *"Người Đức đã chấp nhận những điều kiện đình chiến của chúng ta, như vậy họ đã thỏa thuận với phần lớn những điều kiện khắc khe ấy. Nhưng, cho đến nay, chưa một tấn thực phẩm nào đã được gởi đến nước Đức. Những tàu đánh cá cũng không được nhổ neo. Hiện giờ thì Đồng Minh là đấng tối cao, nhưng một ngày nào đó, kỷ niệm chết đói sẽ trở lại chống lại họ. Người Đức đang chết đói trong khi hàng trăm tấn thực phẩm đang nằm chờ ở Rotterdam để được chuyên chở sang Đức. Đồng Minh đang gieo rắc những mối hận thù trong tương lai, họ đang chồng chất đau khổ không phải lên người Đức mà lên chính họ"*[21]. Chừng nào các quan niệm hiện tại

---

[20] Sự thật về những điều ước hòa bình, (1938), trang 6.

[21] The Truth about the Peace treaties (1938), pp. 294-5. Bá tước Von Brock Dorff Rantzau, nhân danh phái đoàn Đức phát biểu khi các điều khoản của bản thỏa ước được đệ trình, nhắc đến sự bạo tàn của chiến tranh, ông nói: *"Những tội ác trong chiến tranh có thể không được tha thứ, nhưng người ta phạm phải trong lúc chiến đấu để giành chiến thắng, trong ý chí bảo vệ sự sống còn của dân tộc, trong sự nồng cháy của dục vọng làm tiêu tan lương tri của các dân tộc. Hàng trăm nghìn dân thường đã bị giết chết từ ngày 02 tháng 02 bằng sự phong tỏa, bị*

còn hoạt động, thì vở tuồng như thế vẫn còn tiếp diễn trên sân khấu chiến tranh, chỉ những đào kép thì sẽ thay đổi.

Nhưng, chúng ta có thể luôn luôn tham chiến ngay cả khi chúng ta biết là chúng ta có chính nghĩa? Động cơ duy nhất chính đáng của chiến tranh là ngăn chặn bất công. Vì mục đích đó mà ta chấp nhận chiến tranh như một điều kém ác hơn trong hai điều ác. Nếu không có viễn tượng chiến thắng cầm chắc trong tay thì sự chống trả quân sự sẽ tăng thêm tội ác chứ không giảm bớt. Chúng ta đừng tin tưởng ở bạo lực, và hãy phán đoán chính nghĩa của ta bằng sức mạnh bạo lực đằng sau chính nghĩa ấy.

Có một cái gì khủng khiếp hơn cả chiến tranh: *sự giết chết tâm linh của con người*. Một thế giới Đức Quốc Xã có thể có sự đoàn kết hơn bao giờ hết, nhưng đó sẽ là sự đoàn kết không hồn, giống như những xã hội của loài côn trùng. Mặc dầu những khuyết điểm, các nước Đồng Minh đứng lên để giành lại tự do cho con người, hòa bình cho thế giới và công lý cho những kẻ bị cướp đoạt trên thế giới. Tuy nhiên, hàng triệu người trên thế giới cảm thấy cả hai đều bám chặt vào đường lối cũ, và không màn đến công bằng của kẻ bị áp bức. Cả hai phe đang chiến đấu để bảo vệ hay cướp đoạt những thuộc địa và sẵn sàng chấp nhận sự khủng khiếp của chiến

---

giết một cách cố ý thản nhiên, sau chiến thắng. Hãy nghĩ về điều ấy khi các ngài luận về tội ác và bồi thường" (p. 979).

tranh để bảo toàn quyền lợi của họ.

Quan niệm của chúng ta về nhà nước cần phải được thay đổi. Quyền hành và bạo lực không phải là một thực tại chung cùng trong xã hội loài người. Một quốc gia là một đoàn thể sống trong một lãnh thổ được quy định với một chính phủ chung. Khi một quốc gia được coi là hùng cường hơn một quốc gia khác thì điều đó có nghĩa là dân cư của nước ấy, nhờ những sự thuận lợi lào đó, về dân số, vị trí chiến lược đó mà họ muốn những người đó làm. Ngày xưa, cá nhân nào có sức mạnh hơn người về thể chất sẽ làm chủ người yếu kém hơn, các quốc gia hùng cường cũng vậy, làm bá chủ các quốc gia nhỏ yếu. Trên nguyên tắc, điều này có khác gì người chồng đánh người vợ của hắn, một kẻ côn đồ bắt giữ một người ở góc phố và giật lấy túi xách của họ, hay một công nhân phá vỡ cuộc bãi công? Sự tin tưởng vào bạo lực đã trở thành một chứng bệnh đã phá hoại và hành hạ thế giới. Nó đã cướp mất nhân tính của ta. Một thế giới trong đó đầy dẫy những khả năng tính chiến tranh thì thế giới ấy không đáng được cứu. Chúng ta hãy loại bỏ nền trật tự xã hội và thế giới ác mộng được duy trì bằng những loa phóng thanh, ánh đèn chóa mắt và chiến tranh định kỳ. Chiến tranh dựng lên một vòng luẩn quẩn độc ác, một nền hòa bình gượng ép bằng trả thù, sự bất mãn và lòng khao khát trả thù về phía kẻ thua trận, rồi lại chiến tranh! Đó là điều nhục nhã cho tất cả chúng ta, một kỹ thuật mới, một kỹ thuật cách mạng, phải được áp dụng. Về sự tranh chấp giữa hai gia đình Capulet và montague, Mercutio bị giết trong trận quyết chiến, trước khi trút hơi thở cuối cùng đã kêu lên: *"Một điều nhục nhã, khốn nạn cho cả hai gia đình các ngài"*. Cuộc tranh đấu giữa hai gia đình kình địch ấy bị cắt ngang bởi một tình thương đã đập nát cái vòng thù ghét độc ác. Vào phút cuối cùng của tấu tuồng, Capulet nói: *"Anh Montague ơi! Hãy nắm lấy tay tôi"*.

IX.

XÃ HỘI LÝ TƯỞNG

Cái lý tưởng mà chúng ta theo đuổi phải tốt đẹp hơn cái tình trạng hiện tại, nhưng không xa vời với những điều kiện sống của con người. Thế giới không thể một sớm một chiều phục tòng luật yêu thương được. Chúng ta bảo rằng kẻ thù của ta chiến đấu để thống trị, và chúng ta để giải phóng, một thời đại mới. Chúng ta chiến đấu không chỉ để giải phóng thế giới khỏi ách thống trị của Đức Quốc Xã, nhưng còn để tạo nên những điều kiện thuận hảo trong đó các dân tộc khác nhau vẫn bảo tồn được đặc chất và đóng góp tùy theo khả năng của họ. Chiến tranh là kết quả của những thói quen suy tư và chế độ bóc lột mà chúng ta đã theo đuổi trong suốt mấy thế kỷ này. Hitler là một hậu quả, một trưng chứng, chứ không phải là nguyên nhân. Ông ta không phải là tình cờ, mà là một kết quả tự nhiên, không tránh khỏi, của nền trật tự hiện tại. Muốn tránh chủ nghĩa Hitler, chúng ta phải quả quyết rằng, tất cả mọi người, không phân biệt chủng tộc, màu da hay tín ngưỡng, phải có một cơ hội đồng đều để làm việc và sinh sống, rằng giáo dục, tài sản, nhà ở và các quyền tự do dân chủ phải được đảm bảo đồng đều cho tất cả. Những mâu thuẫn trắng trợn của một nền kinh tế bắt buộc phải thiêu hủy thực phẩm trong khi dân chúng nhịn đói[22], và những xa xỉ bên cạnh đói rách, thiếu thốn, phải được san bằng. Thống trị là sản phẩm của sự bất an. Nếu không có người mạnh áp bức kẻ yếu thì sẽ chẳng có bạo lực.

Bất luận là vì nguyên nhân gì, tín ngưỡng, tâm lý, kinh tế, hay tổ chức, chỉ có áp lực vào các chính phủ mới có thể ngăn

---

[22] Sir John Orr khẳng định: "Một phần ba dân số ở Anh quốc và khoản một số tương đương ở Hoa Kỳ, không có thức ăn, và nhà ở trên tiêu chuẩn cần cho sức khỏe. Tại phần lớn các quốc gia khác, con số dân chúng chưa bao giờ được đủ ăn, đủ mặc và đủ ở, còn cao hơn nữa. Trong số các bộ lạc thiểu số mà Anh quốc có trách nhhiệm về hạnh phúc của họ, tương đối chỉ có một số nhỏ dân chúng có cơm ăn, có nhà ở đúng với mức mà sức khỏe đòi hỏi". - Fighting for what? (Chiến đấu cho cái gì?), 1942.

cản họ khỏi đánh nhau. Các đoàn thể không chính thức không thể hành động chống lại chính phủ trong những giờ phút khủng hoảng vì như thế có nghĩa là phản loạn. Chúng ta phải thiết lập những định chế nhờ đó chúng ta có thể phát triển các thói quen hòa bình và lương hảo.

Những kẻ tham chiến không là tội phạm mà chính là những kẻ nuôi dưỡng những khổ đau thật sự. Họ đáp lại những bất công của ta bằng những bất công bạo lực của chính họ. Chúng ta đừng tức giận và phải thừa nhận là có một cái gì sai lầm từ gốc rễ trong thế giới hiện tại. Chúng ta phải hoàn thành một cách ôn hòa sự cải biến xã hội mà mục đích của nó là công bằng cho cá nhân cũng như quốc gia.

Chúng ta phải tạo nên những thói quen, hệ thống luật pháp, tự do và hòa bình để thay cho sự cưỡng bách của nhà nước. Đối với những kẻ trộm cướp giết người không tôn trọng luật pháp, hay sự xâm lược bừa bãi đối với một nước láng giềng hiếu hòa, chúng ta có quyền sử dụng bạo lực. Súng và "dùi cui" không phải là những thứ đẹp mắt lắm, nhưng chúng còn tốt hơn là sự hỗn loạn, vô trật tự và tự do đốt nhà cướp của. Trên nguyên tắc, chúng ta chống lại sự dùng đến bạo lực để "dẹp" rối loạn chỉ có nghĩa là chúng ta ân hận đã dùng đến nó, đó là điều cần thiết rất đáng tiếc. Vì, nếu ta để cho xâm lược tự do hoành hành, không bị chặn đứng, thì như thế chúng ta đã làm tăng thêm mức độ tội ác. Nhiệm vụ của nhà nước là phải ngăn chặn sự dùng vũ lực một cách bừa bãi, ta đừng bao giờ sử dụng quá cái mức độ cần thiết, nếu không thì bạo lực vô luật pháp lại thay đổi chỗ của hỗn loạn. Đời sống quốc gia gồm những cuộc tranh chấp riêng tư cũng như đời sống quốc tế hiện nay. Trật tự và tự do trong đời sống quốc gia được bảo đảm bằng nền giáo dục và việc ứng dụng vũ lực một cách hợp pháp.

Một phương pháp tương tự cũng sẽ được áp dụng cho những vấn đề quốc tế. Trong bất cứ một xã hội khuyết điểm nào cũng phải có luật pháp được vũ lực yểm trợ để khiến cho đa số người lương thiện có thể sống chung giữa một thiểu số bất lương. Lý tưởng mà tay không thì không thể khắc phục được tội ác. Pascal nói: *"Công lý không có vũ lực sẽ bất lực"*[23]. Chừng nào mà có người không để ý đến công lý sẽ có sức mạnh. Chúng ta như những con tàu chỉ cần điều hòa một chút với gió và thời tiết là sẽ đến bến. Sự nhiễu loạn quốc tế sản sinh ra những đế quốc nô lệ và Hitlers. Thay vào đó là một hệ thống ban giao quốc tế xây dựng trên nền tảng luật pháp, cộng tác và hòa bình. Nếu chúng ta hoạt động cho sự cộng tác hòa bình quốc tế thì những thế lực đế quốc phải tự lột bỏ những thuận lợi và đặc quyền về kinh tế mà họ đã

---

[23] Cp. *"Công lý không có vũ lực thì bất lực. Vũ lực không có công lý thì là tàn bạo. Công lý không có vũ lực thì vô hiệu, bởi vì sẽ luôn luôn có tội phạm. Vũ lực không có công lý thì bị lên án. Công lý và vũ lực phải đi đôi với nhau để khiến cho cái mà công bằng sẽ mạnh và cái mà mạnh sẽ công bằng"* – Pensées.

chiếm được dưới một chế độ chính trị quyền lực.

Có người cho rằng ta có thể hạn chế các liên bang thì sẽ giảm thiểu được nguy cơ chiến tranh trong những khu vực địa dư nào đó. Nhưng điều đó không thể giải quyết được vấn đề bởi vì mối liên lạc của các quốc gia không được giới hạn theo địa dư. Mối bang giao liên bang là những bang giao quốc tế, và nếu không có một tổ chức hay chính phủ quốc tế thì không thể tiếp tục được. Hội Quốc Liên là một phần của phong trào vận động luật pháp căn cứ trên sự nhất trí và hợp tác. Nó là một cố gắng quyết định các mối bang giao quốc tế bằng những phương pháp bất bạo động như thảo luận, điều giải và luật pháp. Khế Ước Của Liên Minh đã tiêu tan ở Mãn Châu, ở Ethiopia, ở Tây Ban Nha, ở Albania, ở Áo, chứ chưa nói gì đến những việc đã xảy ra ở Munich. Các cuộc hội nghị ngay từ lúc đầu đã nhúc nhát không giám hành động sợ xâm phạm đến chủ quyền quốc gia. Ý kiến trào lộng của vị "Thẩm phán niên trưởng của Tòa án quốc tế tại Hague" trong vở kịch Geneva của Bernard Shaw không phải hoàn toàn vô vị[24].

---

[24] "Sir Orpheus Midlender: *nhưng chắc chắn là một thủ tục như vậy chưa bao giờ được nghĩ đến khi các cường quốc gia nhập Liên Minh?*

Vị thẩm phán niên trưởng: Tôi không tin bất cứ một điều gì đã được trù hoạch khi các cường quốc gia nhập Liên Minh. Họ ký vào bản khế ước, mà không đọc qua, để buộc tổng thống Wilson. Hoa Kỳ lúc đó không chịu ký vào bảng khế ước, để dễ cho tổng thống Wilson, cũng không đọc nó. Từ đó trở đi các cường quốc

Trong bài nói chuyện trên đài phát thanh ngày 27/09/1939, ông Neville Chamberlain nói: *"Dù chúng ta có thiện cảm bao nhiêu đi nữa với một nước nhỏ đang chống trả một nước láng giềng lớn mạnh, chúng ta cũng không thể, dưới bất cứ hoàn cảnh nào, đưa cả Đế Quốc Anh vào vòng chiến chỉ vì một nước nhỏ đó. Nếu chúng ta phải chiến đấu thì đó phải là những vấn đề trọng đại hơn."* *"Tôi tin rằng bất cứ quốc gia nào quyết định khống chế hoàn toàn chỉ vì sợ sức mạnh của nó thì chúng ta phải cương quyết chống trả"*. Đây không phải là giáo điều của bảng khế ước mà là chính sách cũ kỹ về cán cân lực lượng. Anh quốc sẽ không tham chiến để cứu nước Bỉ hay Tiệp Khắc, chỉ có sự ngăn chặn của một kẻ láng giềng hùng mạnh, dù kẻ ấy là Hitler, là Kaiser, hay Napoleon, mới có đủ để biện minh cho chiến tranh. Những mục tiêu riêng của quốc gia quan trọng hơn công pháp quốc tế. Harold Nicolson vạch ra rằng Anh quốc tham chiến vì một *"Bản năng sinh vật kiện khang, bản năng tự tồn"*. Liên Minh thất bại vì những kẻ gia nhập đã không chịu từ bỏ những quyền lợi mà họ đã chiếm

---

hành động về mọi phương diện tựa hồ như Liên Minh đã chết rồi, trừ khi họ có thể dùng Liên Minh cho những mục đích riêng.

Sir Orpheus Midlender: *nhưng họ có thể dùng nó bằng cách nào khác nữa không?*

Thẩm phán niên trưởng: *Họ có thể dùng nó để duy trì công lý và trật tự giữa các quốc gia"* – p.40.

đoạt được bằng bạo lực. Người ta dùng Liên Minh để củng cố một nền trật tự bất công và, như vậy, nó cũng lại tôn thờ cái trò chơi cũ kỹ của quyền lực chính trị. Quyền lực vô tư của các quốc gia còn khó đạt được hơn tính vị tha của cá nhân. Nếu Liên Minh muốn hoạt động một cách đúng đắn thì nó phải có những cơ quan thường trực, cơ quan nào sẽ làm ra luật pháp để quy định các mối bang giao giữa các nước, và cơ quan nào sẽ giải quyết các cuộc tranh chấp đúng theo những luật lệ ấy. Cơ quan sau này có thể được cho thêm quyền hạn để thực hiện những sự thay đổi căn bản về các mối bang giao quốc tế. Bất cứ một Liên Minh nào cũng phải có một cơ quan lập pháp (quốc hội liên minh), tư pháp và hành pháp, vì không có một quốc gia nào có thể tự là quan tòa thưởng, phạt chính mình. Chúng ta đã có một hệ thống luật pháp chí công vô tư được vũ lực yểm trợ để ngăn chặn sự xâm phạm của các cá nhân, cũng thế, chúng ta cần phải có một lực lượng cảnh sát quốc tế. Nếu một quốc gia vi phạm luật pháp của các quốc gia và ỷ vào vũ lực thì luật pháp phải được vũ lực quốc tế yểm trợ, các quốc gia xâm phạm phải được đưa ra trước Tòa Án Liên Minh. Trong hoàn cảnh hiện tại, người ta không thể phản đối nỗ lực của Liên Minh dùng chiến tranh để ngăn chặn chiến tranh, nếu thế thì trong những điều kiện hiện hữu người ta cũng có thể hoàn toàn từ bỏ vũ lực. Trong những mối liên hệ của con người, sự lựa chọn không phải là giữa tốt và xấu, mà là giữa cái xấu và cái xấu hơn. Sự sử dụng vũ lực một cách bừa bãi của các quốc gia hiển nhiên là tồi tệ hơn sự dùng vũ lực có quy định của cộng đồng quốc tế. Chúng ta không thể xuất tiến luật lệ và sự hợp tác trừ phi quyền hành của các quốc gia cộng đồng được áp dụng để duy trì luật pháp chống vào những kẻ ỷ vào bạo lực. Bất bạo động có thể không đạt được nếu chúng ta muốn ngay tức khắc, nhưng ta có thể đi lần tới đó bằng giai đoạn.

Các quốc gia ngày nay chưa có được thái độ coi hành động chiến tranh chống lại một người cũng như hành động chiến tranh chống lại tất cả. Các quốc gia đồng minh, ràng buộc bởi lý tưởng chung, có thể trong thời chiến tự tổ chức thành Liên Bang với một Quốc Hội trực tiếp do các dân tộc bầu ra, và sau thời chiến, các nước khác có thể được thâu nhận. Một xã hội mới đang cựa mình để trỗi dậy và nền trật tự cũ đang tìm mọi cách để cản trở nó. Những người chiến đấu chống lại phe Trục đang đứng về phía Cách Mạng. Nếu chúng ta muốn mục đích tự do, dân chủ thì chúng ta cũng phải cần những phương tiện để đạt được nó. Không còn cách nào khác để đạt được một nền hòa bình vĩnh cửu.

X.

GIÁ TRỊ GIÁO DỤC

Nếu nền văn minh của chúng tiêu diệt thì đó sẽ không phải là vì ta không biết cách cứu chữa mà là vì ta chống lại cái phương cách cứu chữa, ngay cả khi mà con bệnh gần chết. Chúng ta không đủ năng lực đạo lý và quan niệm xã hội về những nguyên tắc của một xã hội hòa bình và trật tự mới. Mục đích của sự giáo dục không phải để thích ứng chúng ta với hoàn cảnh xã hội mà là để giúp ta chiến đấu chống lại tội ác để xây dựng một xã hội hoàn thiện hơn. Thế giới này không phải tiến hóa bằng dã man và đổ máu. Cuộc chiến tranh này không phải là một giai đoạn, không thể tránh trong cuộc chiến đấu cách mạng để đi đến một tương lai hạnh phúc. Chúng ta không phải hoàn toàn chịu sự chi phối của hoàn cảnh xã hội như quan điểm tiến hóa chủ trương. Đó là sự thật của con người được phản ảnh trong sự thất bại của xã hội. Liên Minh thất bại là bởi vì thiếu ý chí phục vụ cho Liên Minh. Các cơ cấu chính trị không thể vượt qua nhưng tình cảm và thói quen suy tư của những cá nhân công dân. Sự khôn ngoan về chính trị không thể có trước sự trưởng thành về xã hội. Sự tiến bộ xã hội không thể đạt được bằng những phương tiện bên ngoài, mà nó được quyết định bởi những kinh nghiệm nội tại của con người. Chúng ta phải hoạt động để thay đổi những giá trị và hồi phục tâm linh. Chúng ta tất cả đều nhìn chung lên vì sao, mơ ước dưới cùng một bầu trời, là những người đồng hành trên cùng một hành tinh, và bất luận chúng ta có đi theo những con đường nào để đạt đến chân lý chung cùng, điều đó không quan trọng gì cả. Không phải chỉ có một con đường dẫn đến một mục đích trong đời sống phức tạp này.

Những máy móc từ chiếc bánh xe kéo chỉ tới cái đầu máy đốt ở bên trong là những máy móc có công dụng thuần túy xã hội. Chúng không có một giá trị đạo đức cố hữu nào. Chúng chỉ giá trị nếu chúng lệ thuộc vào những mục đích đạo đức cao hơn. Những phương tiện của sự tiến bộ tự chúng không phải là cứu kính. Thói quen hiểu lầm những giá trị bằng cách lệ thuộc vĩnh viễn vào tạm thời, căn bản vào ngẫu nhiên, lâu dài vào tạm bợ chỉ có thể được gội sạch bằng sự giáo dục lành mạnh. Giáo dục là sự sinh trưởng liên tục của con người trong tâm linh, nó là con đường đưa đến thế giới nội tâm. Tất cả vẻ huy hoàng bên ngoài chỉ là sự phản ánh ánh sáng nội tâm. Giáo dục dự liệu sự lựa chọn và kiên trì với những giá trị cao tột. Chúng ta phải hoạt động cho một cộng đồng ấy dựa trên lý tưởng của chúng ta. Nếu chúng ta là những người tiến bộ thì tính chất là nhân loại, nếu là bảo thủ thì nó là quốc gia, nếu là cộng sản thì nó là vô sản thế giới, nếu là Đức Quốc Xã thì nó là chủng tộc. Quốc gia tự nó chưa phải là cứu kính chung cục. Còn có một cộng đồng rộng lớn hơn đòi hỏi sự trung thành sâu xa nhất của chúng ta.

Các nhà tư tưởng và văn học phải cân nhắc những mục đích cuối cùng của hoạt động chính trị. Qua họ xã hội ý thức được và phê phán những mục đích ấy. Họ là những người bảo vệ các giá trị của một xã hội. Công việc của họ là giáo dục chúng ta ý thức được bản ngã thật của xã hội, giúp ta bồi bổ tâm linh và làm cho tinh thần phong phú. Họ phải giúp chúng ta phát triển tình thân hữu và tình đồng loại giữa các dân tộc trên thế giới. Aristote nói: *"không có tình thân hữu thì không có công bằng"*. Các nhà tư tưởng lớn coi nhân loại là đối tượng của tình thương yêu của họ. Thế giới đối với họ là một gia đình. Goethe cảm thấy không thể nào thù ghét được người Pháp. Ông đã viết cho Eckermann: *"Đối với tôi, một người yêu *chuộng hòa bình và không thích chiến tranh, những bài ca như thế là sẽ là cái mặt nạ không vừa với tôi chút nào. Trong thi ca, tôi chưa bao giờ dối trá. Làm sao tôi có thể viết được những bản nhạc hận thù trong khi tôi không có niềm thù hận trong lòng. Vả lại, giữa chúng ta, tôi không oán ghét người Pháp mặc dầu tôi sẽ cảm ơn Thượng Đế khi chúng ta loại trừ được họ. Với tôi, văn minh và dã man chỉ là hai cái bất đồng về sự quan trọng thì làm sao tôi có thể thù ghét một dân tộc vốn là một trong những dân tộc văn minh nhất thế giới mà phần lớn sự giáo dục của chính tôi cũng phải mang nợ? Nói một cách tổng quát, mối hận thù dân tộc là một điều kỳ dị. Nó luôn luôn mạnh nhất và bạo ngược nhất trong những trình độ văn minh thấp nhất. Nhưng có một điểm mà ở đấy nó sẽ tiêu tan – nơi mà chúng ta vượt hẳn lên trên các quốc gia và cảm nhận niềm vui sướng cũng như nỗi thống khổ của một dân tộc láng giềng tựa hồ cũng như của chính chúng ta".* Thường thì chủ nghĩa ái quốc chỉ là thù hận được ngụy trang bằng những điều kiện có thể chấp nhận được, và hấp dẫn người dân thường bằng những bộ đồng phục, những huy chương và những bản thánh ca ngọt ngào. Tình yêu thế giới là lý tưởng cứu kính mà tình yêu quốc gia là những phương tiện để đạt đến cứu kính ấy.

Những kẻ thù của chúng ta cũng vẫn là nhân loại. Họ có cùng một phản ứng đối với hạnh phúc và khổ đau. Dưới làn da chúng ta là anh em, chị em. Chúng ta phải tìm lại sự an tĩnh và thanh thản, và cảm thấy bất an trong ngôi nhà điên của thế giới đang trở nên cuồng loạn và tàn bạo ngoài sức chịu đựng. Thế giới này phải được hướng dẫn bằng trí tuệ.

Những nhà trí thức không cần phải đóng vai trò tích cực trong chính trị hay trong một bộ mặt thật sự nào của guồng máy hành chính. Bổn phận đầu tiên của họ là phục vụ xã hội bằng sự thành thật và trí thức chính trực. Họ phải gây nên ý thức xã hội và ý thức trách nhiệm vượt lên trên giới hạn của cộng đồng chính trị. Những ai có thể phụng sự xã hội bằng đường lối ấy thì có bổn phận không tham gia chính trị. Và trong xã hội nào cũng có một thiểu số mà việc tham gia các hoạt động chính trị đối với họ sẽ là sự phản bội chính họ và bại hoại thiên tính. Đứng nguyên ở vị trí của họ, họ giữ được sự trung trực của thiên tính và giúp xã hội tẩy trừ phần nào sự ngu muội. Đứng ngoài vòng tranh chấp là điều kiện để họ cống hiến. Họ phải phụng sự những giá trị xã hội và tâm linh, nhưng rủi ro là những chế độ công lợi đã lệ thuộc những hoạt động xã hội và trí thức vào những mục đích riêng của họ. Chính trị mới là chính trị tôn giáo, xây dựng trên ước vọng giải thoát xã hội. Những người cha tâm linh của chủ nghĩa công lợi là giai cấp trí thức. Nếu những người trí thức từ bỏ quyền lợi và văn hóa và những giá trị tâm linh thì chúng ta không thể đổ lỗi cho những nhà chính trị có trách nhiệm đối với sự an toàn của quốc gia. Nếu viên thuyền trưởng đặt sự an toàn của con tàu lên quyền lợi của hành khách thì ta không thể trách cứ ông ta. Quốc gia là một phương tiện, không phải là một cứu kính. Chỉ có một số ít người trên thế giới sống cho những giá trị tuyệt đối mà không màng cả sự sống. Những giá trị chính trị và kinh tế là tương đối và hỗ trợ. Chúng là phương tiện để đi đến cứu kính. Những nhà tiên tri giúp ta thấy cái không thể thấy, và chỉ cho ta thấy cái vĩnh viễn trong những hoàn cảnh của cuộc sống hiện tại. Họ không chú ý đến những giá trị của thế giới này, mà hiến đời mình cho sự thể hiện lẽ thiện. Họ nhìn thấy sự nhất trí và chỉ cho người khác thấy. Họ khơi dậy tính đồng loại trong chúng ta. Họ có tính can đảm, tinh thần nhã nhặn và nụ cười thanh thản. Trước giờ từ giã cuộc đời, Thomas Naylor, trong di bút cuối cùng, nói: *"Có một tinh thần mà tôi cảm thấy, đó là sự sung sướng không làm ác, cũng không trả thù, nhưng vui vẻ chịu đựng tất cả trong niềm hy vọng cuối cùng sẽ an úy tất cả. Hy vọng ấy vượt lên tất cả sự vui, buồn, thiện, ác. Nó thấy suốt tất cả mọi cám dỗ. Vì nó không dính dấp một chút tội ác nên trong tâm tưởng nó cũng không gây tội ác cho ai. Nếu nó bị phản bội, nó sẵn sàng gánh chịu... Nó sinh ra trong khổ đau và lớn lên không một tình thương, nhưng nó không phàn nàn, mà cũng không thốt lời oán trách trách sự thảm sầu và áp bức. Không bao giờ nó sung sướng nhưng luôn luôn đau khổ vì nó bị giết chết cùng với niềm hoan lạc của thế giới. Tôi thấy nó cô độc và bị bỏ rơi, tôi kết tình đồng loại với những người sống trong những chỗ hoang liêu và tăm tối".*

Đã xuất bản:

THOÁT VÒNG TỤC LỤY,
2020

CHIẾN TRANH
và BẤT BẠO ĐỘNG, 2020

LOTUS MEDIA
Tâm Thường Định
Phone: 916.607.4066 / Email: tamthuongdinh@gmail.com

www.ingramcontent.com/pod-product-compliance
Lightning Source LLC
Chambersburg PA
CBHW031434130726
47989CB00003B/1140